എന്റെ ഹൈറേഞ്ച് കഥകൾ

story
ente hirange kadhakal
•
m rajeev kumar
•
first edition
january 2017
•
published
chintha publishers, thiruvananthapuram
•
typesetting
star communications, thiruvananthapuram
•

•
cover
veecee abhilash
•

വിതരണം
ദേശാഭിമാനി ബുക്ക് ഹൗസ്
H O തിരുവനന്തപുരം-695 035
Ph: 0471-2303026, 6063020
www.chinthapublishers.com
chinthapublishers@gmail.com

ബ്രാഞ്ചുകൾ
ഹെഡ്ഡാഫീസ് ബ്രാഞ്ച് കുന്നുകുഴി • സ്റ്റാച്ച്യു തിരുവനന്തപുരം • കെ എസ് ആർ ടി സി ബസ് സ്റ്റേഷൻ ആലപ്പുഴ • കെ എസ് ആർ ടി സി ബസ് സ്റ്റേഷൻ എറണാകുളം • മച്ചിങ്ങൽ ലെയ്ൻ തൃശൂർ • ഐ ജി റോഡ് കോഴിക്കോട് • മാവൂർ റോഡ് കോഴിക്കോട് • എൻ ജി ഒ യൂണിയൻ ബിൽഡിങ് കണ്ണൂർ • സെൻട്രൽ ബസ് ടെർമിനൽ കോംപ്ലക്സ് താവക്കര കണ്ണൂർ

CO - 2435 / 3990
ISBN - 978-93-86364-16-6

എന്റെ ഹൈറേഞ്ച് കഥകൾ

എം രാജീവ് കുമാർ

ചിന്ത പബ്ലിഷേഴ്സ്
തിരുവനന്തപുരം-695 035
വില : ₹ 95

ഡോ. എം രാജീവ് കുമാർ

1958 നവംബർ 6 ന് ജനനം. ബാല്യവും വിദ്യാഭ്യാസവും തിരുവനന്തപുരത്ത്. ഗവ. മോഡൽ സ്കൂൾ ആർട്സ് കോളേജ്, യൂണിവേഴ്സിറ്റി കോളേജ്, കേരള സർവ്വകലാശാല ക്യാമ്പസ് എന്നിവിടങ്ങളിൽ പഠനം. മാധവിക്കുട്ടിയുടെ ചെറുകഥകളിൽ ഡോക്ടറേറ്റ്. കേരള യൂണിവേഴ്സിറ്റി റിസർച്ച് സ്കോളേഴ്സ് യൂണിയന്റെ ആദ്യ ചെയർമാൻ. 1986 മുതൽ മുപ്പതിലധികം വർഷമായി ഇന്ത്യയിലെ വിവിധ ആകാശവാണി നിലയങ്ങളിൽ ജോലി.

1973 മുതൽ കഥകൾ എഴുതുന്നു. *കലണ്ടർ, പിണിയാൾ, കാവടിക്കടവ്, അപർണ്ണയുടെ കാമുകൻ, ഒറ്റസൂചിയിലോടുന്ന വാച്ച്, വിഭ്രമാകാശം, ധനുഷ്കോടി, നീലിമയുടെ ചന്ദ്രശേഖരൻ, സൈബ്രോഗ്, അഭ്യമൃഗം, ഗാണ്ഡൂൾ, പായൽജലം, പാലക്കാട് നിലമ്പൂർ പാസ്സഞ്ചർ, 100 മിനിക്കഥകൾ, എം രാജീവ് കുമാറിന്റെ ലഘു നോവലുകൾ, തീവിഴുങ്ങിപ്പക്ഷി, ഹൈറേഞ്ച് കഥകൾ, 1001 പ്രണയകഥകൾ* തുടങ്ങി 19 സമാഹാരങ്ങൾ. മറ്റ് കൃതികൾ: *മാധവിക്കുട്ടി: സംഭാഷണങ്ങൾ, മാധവിക്കുട്ടി: സ്നേഹത്തിന്റെ കൊടിയടയാളം.*

ഭാര്യ : ബീന
വിലാസം : കമലാലയം, അമ്പലംമുക്ക്
കവടിയാർ പി ഒ
തിരുവനന്തപുരം- 695 003

ഉള്ളടക്കം

പ്രസാധകക്കുറിപ്പ്

എം രാജീവ് കുമാറിന്റെ 15 ചെറുകഥകളുടെ സമാഹാരമാണ് *എന്റെ ഹൈറേഞ്ച് കഥകൾ* എന്ന ഈ പുസ്തകം. ഹൈറേഞ്ചിന്റെ പശ്ചാത്തലത്തിലുള്ളതാണ് ഈ കഥകളെല്ലാം. മഞ്ഞണിഞ്ഞ തേയിലത്തോട്ടങ്ങളും ഏലക്കാടുകളും കുരുമുളകുകൊടികളും ആറ്റിൻകടവുകളും കോടക്കാറ്റും ഈ കഥകൾക്കു പശ്ചാത്തലമൊരുക്കുന്നു. പ്രണയവും അഭിനിവേശവും ഈ കഥകളുടെ അന്തർധാരയായി ഒഴുകി നടക്കുന്നു. പരിസ്ഥിതി രാഷ്ട്രീയത്തിന്റെ ഹൃദ്യമായ പ്രതിപാദനം കഥകൾക്ക് വേറിട്ട ഭാവഭംഗി നല്കുന്നു.

തികച്ചും വ്യത്യസ്തമാണ് രാജീവ് കുമാറിന്റെ കഥകൾ. തുടക്കം മുതൽ ഒടുക്കംവരെ ഒറ്റ ഇരുപ്പിൽ വായിച്ചു തീർക്കാൻ പ്രേരിപ്പിക്കുന്ന ഈ കഥാസമാഹാരം ഞങ്ങൾ വായനാലോകത്തിനു സമർപ്പിക്കുകയാണ്. ഇത് വലിയ തോതിൽ സ്വീകരിക്കപ്പെടുമെന്ന് ഞങ്ങൾക്ക് ഉറപ്പുണ്ട്.

ചിന്ത പബ്ലിഷേഴ്സ്

മാട്ടുപ്പെട്ടി എക്സ്പ്രസ്

തെച്ചിപ്പൂക്കുലകൾ അടർത്തി നിരത്തിയ കുന്നുകൾ തേയിലത്തോട്ടങ്ങളാണെന്നറിയുക. വെള്ളത്തിൽ അലിഞ്ഞുതീരാറായ മഞ്ഞുകട്ടകൾ ചേർന്നൊരു സ്ഫടിക പ്രപഞ്ചത്തിൽ കാണാം മൂന്നാർ. പറ്റെവെട്ടിയ മുടിയിടയെ ചുറ്റി കാർന്നു പോകുന്ന വഴിയിലൂടെ ഇപ്പോൾ ഓടിക്കൊണ്ടിരിക്കുന്നത് മാട്ടുപ്പെട്ടി സൂപ്പർ എക്സ്പ്രസ്.

ബസിന്റെ മൂന്നാം നമ്പർ സീറ്റിൽ ഇരിക്കുന്നവനിലൂടെയാണ് കഥ നീങ്ങുന്നത്. കഴിഞ്ഞ രാത്രിയുടെ ഇരുപത്തിനാലാം മണിക്കൂറിൽ തിരുവനന്തപുരത്തുനിന്ന് കുതിച്ചവൻ ഇപ്പോൾ കിതപ്പാറ്റി മൂന്നാറിന്റെ നെറുകയിൽ. പിന്നിൽ ടാറ്റാ പറഞ്ഞകലുന്ന കുന്നുകൾ.

മൂന്നാറിൽ വെച്ചാണെന്നു മാത്രമറിയാം മൂന്നാം നമ്പർ സീറ്റുകാരന്റെ കഥാപാത്രം പ്രത്യക്ഷമായത്. പുലർകാല മഞ്ഞിന്റെ ഒരല വന്ന് അവനെ തൊട്ടുണർത്തി.

എന്നെ നിനക്കറിയാമോ?

അവൻ തിരിച്ചറിഞ്ഞു.

ഇതെന്റെ കഥാപാത്രം; അപർണ്ണ*

- എനിക്കും വരണം നിന്റെ കൂടെ. ബസിൽ നിന്നിറങ്ങി അവൾ അവനെ കൊണ്ടുപോവുകയായിരുന്നു. ഇപ്പോൾ ഞാനും നീയും. നമ്മൾ മൂന്നാറിലെ മഞ്ഞുതുള്ളികളാകാൻ പോകുന്നവർ. ഇപ്പോൾ മഞ്ഞുകട്ടകളായി കുന്നിൻചെരുവിൽ നീന്താം; കണികകളായി ഏതെങ്കിലും മരച്ചില്ലയിലൊരിലത്തുമ്പിൽ ഇറ്റി നില്ക്കുന്നതുവരെ.

കമ്പികളില്ലാത്ത നമ്മുടെ ശരീരത്തിലൂടെ അനുരാഗനദി ഒഴുകുന്നതെങ്ങനെ? കയറിയാൽ കിതയ്ക്കുന്ന കുന്നുകളിൽ കാല്പനികവസന്തം വിടർത്തുന്നതെങ്ങനെ?

മാട്ടുപ്പെട്ടി സൂപ്പർ ഇപ്പോൾ വളവു തിരിയുകയാണ്. അതങ്ങനെ തിരിഞ്ഞും പുളഞ്ഞും കയറിക്കൊണ്ടിരിക്കും.

ഡ്രൈവറുടെ കണ്ണുകൾ ആലസ്യത്തിലടയുന്നതും കണ്ടക്ടർ ഉറക്കെ തമാശ പറയുന്നതും ബ്രേക്ക് വീഴുന്നതും നമുക്കു കാണാമല്ലോ.

"അപർണ്ണേ നിനക്കു സുഖമാണോ?"

"സുഖം തന്നെ."

"കഥയിൽ നിന്നിറങ്ങി നീ വന്നത് ഇവിടേക്കായിരുന്നോ?"

"എന്നെ ഇറക്കി വിടുകയായിരുന്നില്ലേ?"

സ്നേഹിച്ചു തീർന്നപ്പോൾ അനാവശ്യമായിത്തോന്നി. പിന്നെ ഒരാത്മഹത്യയോ അപകടമോ ഒക്കെയായി അഗാധതയിലേക്ക് വീഴ്ത്താൻ കഥാകൃത്തിന് എന്ത് രസമാണ്.

"കഥാപാത്രങ്ങൾ പുസ്തകങ്ങളിൽ മരിക്കുന്നില്ലല്ലോ."

അതാണെന്റെ ശാപവും. മനസ്സിൽ കൊന്നിട്ട് ശവം മറവു ചെയ്യാനുള്ളതല്ലേ നിങ്ങൾക്ക് കഥ.

"എന്നെങ്കിലും ഇവിടെ വരുമെന്നെനിക്കറിയാം. സ്ഥലം കാണാതെ സൃഷ്ടിച്ചതല്ലേ എന്നെ. ഒടുവിൽ ആ സ്ഥലത്തുതന്നെ എത്തിപ്പെട്ടല്ലോ."

കാലം ആവർത്തിക്കും.

നമ്മുടെ കൗമാരവും യൗവനവും വീണ്ടും ചുറ്റിപ്പിണയുന്നത് കണ്ടില്ലെന്നു നടിക്കാം.

-കാണാത്ത കുന്നിൻചെരിവുകളിൽ എനിക്ക് അന്നൊക്കെ സ്വപ്നങ്ങളുണ്ടായിരുന്നു. ഇരുപത്തിമൂന്നുകാരന്റെ പ്രണയിനിക്ക് ആത്മാവുപേക്ഷിച്ച് പറക്കാൻ മൂന്നാറുപോലൊരു സ്ഥലത്ത് പിന്നെ കഥകൾ ബാക്കി. അങ്ങനെയാണ് ഞാൻ നിന്നെ മരിക്കാൻ ഇവിടെ ഏതോ ഒഴിഞ്ഞ ബംഗ്ലാവിൽ കൊണ്ടുവിട്ടത്.

തേയിലച്ചെടികൾക്കിടയിൽ എന്റെ ശിഷ്ടജീവിതം പുൽത്തകിടികൾ തീർക്കുന്നതു കാണില്ലേ.

-നിന്നെ എന്റെ മനസ്സിലെഴുതുകയായിരുന്നു.

എഴുതിയെഴുതി ഒടുവിൽ...

"എവിടേക്കാണിപ്പോൾ... യാത്രയൊക്കെ മതിയാക്കിയിട്ട് വർഷങ്ങളായില്ലേ.. ഇനിയിപ്പോൾ."

"മാട്ടുപ്പെട്ടിയിലേക്ക്..."

തെളിക്കപ്പെടുന്നവരുടെ ലക്ഷ്യം.

- വേണ്ട നമ്മുടെ ഇത്തിരിപ്പോരുന്ന നിമിഷങ്ങളിൽ നീ പറയൂ, നിന്റെ വിശേഷങ്ങൾ. മൂന്നാറിലെ മഞ്ഞുമേഘങ്ങൾ കഥ പറയുന്നവയാണെന്നു കേട്ടിട്ടുണ്ടല്ലോ.

"ഈ പൂക്കൾക്കെങ്ങനെയാണ് ഇത്ര നിറം കിട്ടിയത്?"

കാട്ടുവേലിപ്പടർപ്പുകൾക്ക് അനുരാഗത്തിന്റെ നിറം.

ഒറ്റയടിപ്പാതയ്ക്കരികിൽ പൂത്തുലഞ്ഞ കിനാവിന്റെ നിറം.

- ജലസമൃദ്ധിയുള്ള ഈ ദലങ്ങൾ പറയും:

ഞങ്ങളുടെ വേരുകൾ ഭൂമിയുടെ സ്വർഗ്ഗത്തിലെ വെഞ്ചാമരങ്ങൾ. നൃത്തം ചെയ്യുന്ന മനസ്സുള്ളവർ ഞങ്ങൾ. ഞങ്ങളുടെ ചിരിയാണ് നിങ്ങൾ കാണുന്ന ഈ പൂക്കൾ...

മതി.

- പുണരാൻ അപർണ്ണേ, വികാരവായ്പോടെ നിനക്കൊരു കാമുക നുണ്ടോ?

"മൂന്നാറിൽ സൂര്യനുദിക്കാറില്ലേ?"

"എനിക്കു സൂര്യനെ വേണ്ട."

"കടലുവേണ്ടേ?"

"എനിക്കു കടലും വേണ്ട."

രാഗനീലിമ പോലും കമ്പിളി മൂടുന്നിടം മൂന്നാർ.

"ഇവിടെ അലഞ്ഞുകൊണ്ട് നീ തേടുന്നതെന്താണ്?"

"നിന്നെ. നീ എന്റെ സൂര്യനാണോ?"

"സൂര്യനായാൽ നിന്റെ യാത്രയ്ക്ക് അർത്ഥമുണ്ടോ? എന്നെ നിനക്ക് കാണാൻ കഴിയുമോ? അലിഞ്ഞു പോവില്ലേ?"

-ഈ കയറ്റിറക്കത്തിൽ എന്നെങ്കിലുമൊരിക്കൽ നീ എത്തുമെന്നെ നിക്കറിയാമായിരുന്നു. ഒരു മഞ്ഞുപാളിയിൽ ഞാനെന്റെ മോഹങ്ങൾ മറച്ചു. നിനക്ക് എല്ലാം നിസ്സാരമാണെങ്കിലും എനിക്കതിനാവില്ലല്ലോ? സമർപ്പണങ്ങളെഴുതാം. വാക്കിനൊരു പഞ്ഞവുമില്ലല്ലോ.

താഴെ തിങ്ങിനിറഞ്ഞ കാടായിരുന്നു. മരത്തലപ്പുകളിൽ മുട്ടി ഞങ്ങൾ യാനം ചെയ്തുകൊണ്ടിരുന്നു. അപർണ്ണയുടെ ശബ്ദം മാത്രം ഞാൻ കേട്ടു.

അതെ. ഉച്ചകളിൽ എത്താറുള്ള ആ ടെലഫോൺ. ചിരിയൊളിപ്പിച്ച, എന്നും എന്റെ കൂടെയുണ്ടാകുമെന്നോർമ്മിപ്പിച്ചുകൊണ്ടിരുന്ന ശബ്ദം....

- നീ എന്നെങ്കിലും എന്നെ സ്നേഹിച്ചിട്ടുണ്ടോ? എന്നെങ്കിലും ആരെ യെങ്കിലും സ്നേഹിച്ചിട്ടുണ്ടോ?

കുഴപ്പത്തിലാക്കണ്ട. എന്നും ഞാൻ ചോദ്യങ്ങൾ മാത്രമായിരുന്നല്ലോ.

കഥ തെറ്റിപ്പോയില്ലേ. ചേച്ചിയല്ല യഥാർത്ഥത്തിൽ മരിച്ചത്. അനുജ ത്തിയല്ലേ,

നിമോണിയ ബാധിച്ച്...

പൊതിയഴിച്ചപ്പോൾ കണ്ട ഏതോ പത്രക്കടലാസിലായിരുന്നു ആ ചരമവാർത്ത.

പിന്നെ പലപ്പോഴും ഞങ്ങൾ തമ്മിൽ കണ്ടു.

"എന്നാൽ കഥയിൽ ഞാൻ മരിച്ചുകഴിഞ്ഞിരുന്നല്ലോ. കഥാപാത്ര ങ്ങളല്ലേ ഇങ്ങനെ സംസാരിക്കൂ. അവർക്കല്ലേ അതിനു കഴിയൂ...."

-ഞാനെപ്പോഴും തോല്ക്കുകയാണ്.

"ഈ പഴയ പുസ്തകം കൂടെയുണ്ടോ?"

"ഏത്?"

"അപർണ്ണയുടെ കാമുകൻ. എന്റെ പേരുള്ള പുസ്തകം."

"ഇപ്പോൾ കമ്പോളത്തിലില്ല. അതെന്നേ തീർന്നുകഴിഞ്ഞു. ഇനി പുതി

യൊരു പതിപ്പ് ഇറക്കണം."

"എനിക്കും തപാലിൽ ഒന്നയച്ചുതരുമോ?"

ഒരിക്കലൊരിക്കൽ കഥയിൽ സ്റ്റിയറിങ് മാത്രം പിടിച്ചുകൊണ്ട് ശരീരം നഷ്ടപ്പെട്ടൊരു യന്ത്രത്തിൽ ആകാശത്തിലൂടെ വണ്ടിയോടിച്ചവൻ നീ. നിന്നെയും കൊണ്ട് മഞ്ഞുപാളികൾക്കിടയിലൂടെ പറന്നവൾ അപർണ്ണ.

- ഇപ്പോൾ ആ മുഹൂർത്തം നമ്മൾ അനുഭവിക്കുകയല്ലേ.

താഴെ തേയിലച്ചെടികൾക്കിടയിലൂടെ ബസ് വളവും തിരിവും കയറ്റവും കയറി വരികയാണ്.

- എനിക്കു പോകണം.

"ജീവിതം മടുത്തോ?"

"ഇല്ല."

- ജീവിക്കാനുള്ള ആസക്തി ഓരോ നിമിഷത്തിലും എന്നിൽ നുരകുത്തുമ്പോൾ തെളിക്കപ്പെടുകയാണ് നാം എന്ന തോന്നൽ...

ചാട്ടകൊണ്ട് അടിച്ചുതെളിച്ചുകൊണ്ട് മാട്ടുപ്പെട്ടിയിലേക്ക്...

നിറയൗവനത്തിന്റെ മോഹങ്ങളെല്ലാം മാട്ടുപ്പെട്ടിയിലേക്ക്...

അവൻ ഓടുന്ന ബസിൽ കയറുകയാണ്. മൂന്നാം നമ്പർ സീറ്റിൽ യാത്രികനായി. ഉറക്കം പിടിക്കുന്ന ഡ്രൈവർ കാണാതെ അപർണ്ണ അവന്റെ കവിളിലൊരു മഞ്ഞുതുള്ളി വീഴ്ത്തി.

ഞാൻ പോകട്ടെ, മാട്ടുപ്പെട്ടിയിലേക്ക്...

പിന്നെ...

പിന്നെ, നീ ഇവിടെ മൂന്നാറിലും.

അപർണ്ണേ, ഇവൻ നിന്റെ കാമുകനല്ല. ഇനി എന്നെങ്കിലും ഒരു സൂര്യനായി അവനെത്തും; നിന്റെ കാമുകൻ!

(1997)

ദേവികുളത്തെ കുതിര

മഞ്ഞു മണക്കുന്ന തേയിലത്തോട്ടങ്ങൾക്കിടയിലൂടെ എന്റെ സാമ്രാജ്യത്തിലേക്ക് കടന്ന കുതിരയോട് ഞാൻ ചോദിച്ചു.

"നീ എങ്ങനെ ദേവികുളത്തെത്തി?"

"അടിമാലിയിൽനിന്ന് കയറി പള്ളിവാസൽ വഴി മൂന്നാറിലെത്തി. അവിടുന്നിങ്ങോട്ട് കുതിച്ചു."

"നീ ആരുടേതാണ്?"

"അറിയില്ലേ, ആരുടേതാണെന്ന്!"

അപ്പോൾ യുദ്ധത്തിനുള്ള പുറപ്പാടാണല്ലോ. എങ്കിൽ അങ്ങനെതന്നെ. നിന്റെ അശ്വത്തെ ഞാൻ പിടിച്ചുകെട്ടുന്നു.

കാട്ടുമഞ്ഞിന്റെ ഇലകൾ താണ്ടി എന്റെ സ്വസ്ഥതയിലേക്ക് കുളമ്പടിച്ചെത്തിയ നിന്റെ കുതിരയിപ്പോൾ എന്റേതാണ്.

"സ്വന്തം മുതൽ അന്യനൊരാൾ കൈക്കലാക്കുമ്പോൾ അതിനുപേർ മോഷണമെന്നാണ്."

ഹൈറേഞ്ചിൽ നിന്നൊരു ചിരി പരന്നൊഴുകുന്നതീ ദേവികുളത്ത് കെട്ടിക്കിടപ്പുണ്ട്. എല്ലാ വഴികളും വന്നുചേരുന്നതിവിടെ ദേവികുളത്ത്...

കുതിര ചോദിക്കുന്നു.

"എപ്പോഴെങ്കിലും ഒരുകുതിരയെ സ്വന്തമാക്കണമെന്ന് ആഗ്രഹിച്ചിട്ടുണ്ടോ?"

യാഗാശ്വത്തെ സ്വന്തമാക്കുന്നതെങ്ങനെ?

ഒരു പിടിച്ചുകെട്ടൽ. കുതിരയ്ക്ക് പായാനേ കഴിയൂ. നേർക്കുനേർ നില്ക്കാൻ ഒരുകുതിര അനിവാര്യമാകുന്നു. നിമിത്തം നീയും ഇനി നേർക്കുനേർ.

ദേവികുളത്തെ തണുപ്പിൽ ഒരു കുതിരയുടെ ബാദ്ധ്യത ഭാരിച്ചതാണ്.

ലായം വേണം. തീറ്റ വേണം. മഞ്ഞും മഴയും ഏല്ക്കാതെ പരിപാലിച്ചോടുവിൽ, എന്തിന്... എന്തിന്?

ഇപ്പോൾ എനിക്ക് കൂട്ടിന് ഈ കുതിര മാത്രം. ഞാനൊറ്റയ്ക്കാവുമ്പോൾ അരികിൽ വന്ന് മൊഴിയുന്നു:

"വരുന്നോ? നമുക്കൊന്ന് സവാരി ചെയ്യാം. ഈ തേയിലക്കാട്ടിലൂടെ ഇറങ്ങിക്കയറി ഇറങ്ങി ഇറച്ചിപ്പാറയ്ക്കപ്പുറത്തെ വനത്തിലൂടെ ലക്ഷ്യമില്ലാതെ പായാം."

"പക്ഷേ, രാത്രി വരുമല്ലോ."

"ആനയിറങ്ങുന്ന വഴികളിലൂടെ ഒരു കുതിരയ്ക്ക് സഞ്ചരിക്കാം. രാജകുമാരന്റെ വഴിത്താരയതല്ലല്ലോ."

"പിന്നെ എന്തിന് എന്നെ പിടിച്ചുകെട്ടി?"

നിശ്വാസങ്ങളുടെ നീലക്കടലിൽ മുങ്ങിനിവർന്നുകൊണ്ട് ഞാൻ പറഞ്ഞു.

"എനിക്ക് വേണം നിന്നെ."

"എന്തിന്?"

"ചുമ്മാ."

കുതിര ചിരിച്ചു.

"നിന്റെ മേനി ഞാനൊന്ന് തലോടട്ടെ."

"എന്തിന്?"

"ചുമ്മാ."

ഒന്നിനുമല്ലാതെ ചുമ്മാ ഞാൻ കുതിരമോഹങ്ങളിൽ പാഞ്ഞുപോകവേ ആരൊക്കെയോ ഓർമ്മിപ്പിക്കുന്നു - കുതിരയെ പട്ടിണിക്കിടരുത്! നീ പറയുന്നു യുദ്ധത്തിന് തയ്യാറായിക്കോളൂ.

കുതിര ചോദിക്കുന്നു:

"എന്തുകൊണ്ട് എന്നെ സ്വന്തമാക്കുന്നില്ല. നിന്നെയും ചുമന്നുകൊണ്ട് എനിക്കീ ഹൈറേഞ്ചിലൂടെ പായണം. അതാണെന്റെ മോഹം. അതിനല്ലേ ഞാനൊരശ്വമായത്."

ദേവികുളത്ത് ജന്തുക്കൾക്ക് കൂരയില്ല. പശുക്കൾക്കൊന്നും തൊഴുത്തില്ല. കാട്ടിൽ മേഞ്ഞ് പുലരിയുടെ വിരലുകളിൽ അകിടു ചേർക്കാൻ ഉടമസ്ഥർക്കരികിലെത്തുന്ന മണിക്കുട്ടികൾ.

ഹേ, അശ്വമേ! ചാണകസമൃദ്ധമായ പാതയോരത്ത് ആരുമാരും നടാതെ പൂത്തുലയുന്ന വർണ്ണവസന്തങ്ങൾ കണ്ടുതീർക്കുക.

കമ്പിളിക്കടിയിലൂടൂർന്നു പോകുന്ന ഏകാന്തരാത്രികളിൽ തിരശ്ശീല വിരികളില്ലാത്ത ജാലകത്തിന് പുറത്ത് നിന്നെ എനിക്കു കാണാം. എന്റെ നിദ്രയുടെ താലോലച്ചരടിൽ നിന്ന് പുലർച്ചയിലും നീ എത്തുമല്ലോ.

ദേവികുളത്തെ മഞ്ഞുപോലെയാണീ കുതിരയും...

ഇടയ്ക്ക് കാടുകളെ മായ്ച്ചുകളഞ്ഞും തലോടിത്തെളിച്ചും മാന്ത്രികസ്പർശമുള്ള കുഞ്ചിരോമമിളക്കിയും കുതിര ചോദിക്കുന്നു:

എന്നെ എന്തുചെയ്യാൻ പോകുന്നു?

“എന്നെങ്കിലും നിന്നെയുംകൊണ്ട് എനിക്കീ മലയിറങ്ങാനാവുമോ? ഹൈറേഞ്ചിന്റെ ഹൃദയത്തിലൂടെ നമുക്കുല്ലസിക്കാൻ കഴിയുമോ?”

കുതിര കുതികൊള്ളുന്നതിവിടെ കോടമഞ്ഞിന്റെ മഹാസമുദ്രത്തിലാണല്ലോ.

കടൽപോലയാണീ കാനനം.

കാതിൽ വന്നലയ്ക്കുന്ന മഴക്കാറ്റിൽ ക്ഷോഭിക്കുന്ന കടൽമാലയാണീ ദേവികുളം. അപ്പോഴെല്ലാം കുതിരയുടെ ക്ഷോഭം ഞാനറിയുന്നു.

“നീ പോകുമ്പോൾ എന്നെയും കൂട്ടിക്കൊണ്ടുപോകുമോ?”

“നഗരത്തിന്റെ വന്യതയിൽ പെട്രോൾ മണക്കാത്ത കുതിരയ്ക്ക് സ്ഥാനമില്ലെന്നു നീ അറിയുക.”

“പിന്നെന്തിന് എന്നെയിങ്ങനെ ദേവികുളത്ത്..” ഞാനീ അശ്വത്തെ അഴിച്ചുവിടുന്നു. എന്തിനാണ് ഞാനിതിനെ കെട്ടിയിട്ടത്. ഇല്ല. ഞാനിതിനെ കെട്ടിയതേ ഇല്ലല്ലോ. എന്നിട്ടും നീ യുദ്ധത്തിന് തയ്യാറായി നില്ക്കുന്നു.

നമ്മുടെ ഹൃദയങ്ങൾക്കിടയിൽ ഇപ്പോൾ കുതിര ഒരു കണ്ണാടിയായി വളർന്നിരിക്കുന്നു.

എന്നെ നിന്റെ കണ്ണാടിയിലൂടെ കാണുന്നതുപോലെ നിന്നെ എനിക്കും...

പക്ഷേ, അശ്വത്തെ തടുക്കത്തില്ലേ. യുദ്ധംകൂടാതെ വയ്യ.

എന്നാൽ, ഇനി നമുക്ക് സ്നേഹംകൊണ്ട് പൊരുതാം.

പരാജയപ്പെട്ടാലും ഒരു ഹൃദയം ബാക്കിയുണ്ടല്ലോ.

(1998)

ചാരിത്ര്യത്തിന്റെ പ്രകാശപ്പൊടികൾ

മകുടം തകർന്നൊരു കാട്ടുപൂവാണീ നെല്ലിക്കാട്. മഞ്ഞുമലകളുടെ ഇടയിലെങ്ങോ വിരിയുന്നൊരു പൂവായിമാത്രം എനിക്ക് ഈ പ്രദേശത്തെ കാണാം.

ഞാൻ ഒരിക്കലും ഇവിടെ വരുമെന്ന് കരുതിയിരുന്നതല്ല. പക്ഷേ, സമയം തെറ്റിയോടുന്ന ബസിൽ വന്നെത്തിയതിവിടേക്കും. സൂര്യനെ നോക്കി കൺചിമ്മുന്നൊരു കാമിനിയുടെ കണ്ണുകൾ തുളുമ്പിയതാണീ തടാകം. പിന്നെ കനിവേറെ ചുരന്ന് ശോഭചാർത്തി നില്ക്കുന്ന മഞ്ഞുതുള്ളികളുടേതാണീ മലഞ്ചരിവ്.

പ്രകൃതിക്കുമേൽ അലങ്കാരപ്പുതപ്പിട്ട് ഞാൻ എഴുതി മുന്നേറുന്നത് എങ്ങോട്ടേക്കാണ്?

ചലനമറ്റൊരു വസന്തം നിനക്ക്..

കുത്തിയാർക്കാനൊരു വർഷം എനിക്ക്...

എനിക്കും നിനക്കുമായി ഭാഗിച്ചാൽ തീരുന്നതല്ല ഋതുക്കൾ.

എന്നിട്ടും ഞാനെഴുതുന്നത് നെല്ലിക്കാട്ടിൽ ഒറ്റയ്ക്കാവുന്ന പെണ്ണിനെപ്പറ്റി... അവളുടെ കരടിയെപ്പറ്റി

പെണ്ണിന്റെ മേനിയിൽ ഒരിലയനക്കമുണ്ട്. പൊളിച്ച വാഴപ്പോളത്തിളക്കത്തിലവളുടെ ആസക്തിയും.

വനമഞ്ഞിൽ വിരലുകൾ പുകയുമ്പോൾ സ്വപ്നമോ, കണ്ണിനു നേർക്കുയരുന്നത് കാഴ്ചയോ? കാഴ്ച കാണാൻ കഴിയാത്തവിധം തിമിരം കൂടിയ കണ്ണുകൾക്കിനി സ്വപ്നമാറാല മാത്രം.

ഗിരിനിരയിൽ ആഖ്യാനം അസാദ്ധ്യമാണ്.

എന്റെ സ്വപ്നങ്ങളിൽ ഭ്രമരകലവികളാർക്കുമ്പോൾ കൊമ്പുകൊള്ളാത്തൊരു ദലം ഓർമ്മയോട് മന്ത്രിക്കുന്നു.

നീ കാണുന്നതെല്ലാം ഒരു പെണ്ണിനെ.

കൂടിക്കുഴഞ്ഞ ഋതുക്കളിൽ നിന്ന് എനിക്കൊന്ന് കാംക്ഷിക്കാൻ എവിടെയാണ് ഞാൻ സ്പർശിക്കേണ്ടത്? ഏത് കട്ടയിൽ വിരലനക്കിയാൽ ആ ചിത്രജാലകം എന്റെ മുന്നിൽ തെളിയും?

പുരുഷസ്പർശമേല്ക്കാത്ത കന്യകയുടെ മനസ്സുകണ്ടുണരുന്ന വന്യതടാകത്തിലേക്ക് ഞാനെഴുതി നീങ്ങുമ്പോൾ എവിടുന്നാണീ നഗരഭൂപടം?

ഇലയനക്കങ്ങളിൽ ലോഹമർമ്മരം ഉയരുന്നതും പൂമണത്തിലേക്ക് കല്ക്കരി പാറുന്നതും പിന്നെ പിളർക്കപ്പെടാത്ത മണ്ണിലേക്ക് നഗരമാലിന്യങ്ങൾ ഇരച്ചാർത്ത് എത്തുന്നതും..

അവശേഷിക്കുന്നതോ ഒരിര.

തേയിലച്ചെരിവുകളിൽ ഇടയ്ക്കിടെ കാണപ്പെടുന്ന പാഴ്മരുതുകൾ അവസാനിക്കുന്നിടത്ത് ആ റെയിൽപ്പാത എങ്ങോട്ടാണ് പോകുന്നതെന്നറിയില്ല. താഴ്വരകളും കുന്നും വളവും കേടും മറന്ന് നിമ്നോന്നതങ്ങൾക്ക് തറനിരപ്പേകി ഒഴുകിവരുന്നൊരു റെയിൽപ്പാതയുടെ ജന്മകാണ്ഡത്തിൽ നിന്ന് ചോര കിനിയുന്നത് കാണുക.

പാളത്തിലൊഴുകിവരുന്ന നിണച്ചാലിലേക്ക് പെൺകുട്ടി നോക്കി നിന്നു. അവളോടൊപ്പമുള്ള കരടി മുഖമിളക്കി അവളെ സന്തോഷിപ്പിക്കവേ തന്നെ നാസിക വിടർത്തി മണം പിടിച്ചു.

അവൾ നോക്കുമ്പോഴുണ്ട് ഒരു നീലപ്പൊട്ടൊഴുകി വരികയാണ്. കാണെക്കാണെ പുരുഷാകാരം പൂണ്ട യൗവനം വന്ന് അവൾക്കരികിൽ കൺവെളിച്ചമാകുന്നു.

പാളത്തിനു മീതെ ചാടിൽ ഉരുണ്ട് തരുണൻ വന്നണയുമ്പോൾ നിണച്ചാലൊഴുക്കിലേക്ക് കരടി യാത്രയായിക്കഴിഞ്ഞിരുന്നു. ഒഴുകിപ്പോയ രക്തച്ചാലിൽ കപ്പലോടിക്കുമ്പോൾ മാത്രം നമുക്ക് നമ്മുടെ കുഞ്ഞുങ്ങളെപ്പറ്റി സംസാരിക്കാം. പെൺകുഞ്ഞിന്റെ ചിരി നിങ്ങളെ പൊള്ളിക്കുന്നത് എനിക്ക് കാണാം.

വീട്ടിന്റെ വിളക്കായി അവളെ കത്തിച്ചുവെക്കുമ്പോഴും ഇതെന്റെയും നിന്റെയും മോഹത്തിന്റെ വിലാപവൃക്ഷം.

ഈ ചോരയോട്ടം എവിടെ നിന്നാണ്?

കരടി വളരെയേറെ നടന്നുകഴിഞ്ഞിരുന്നു.

അവന്റെ പല്ലുകൾ നീളുകയും ശരീരം ത്രസിക്കുകയും വന്യമായൊരു സീൽക്കാരം നാസികയിൽ നിറയുകയും ചെയ്തു.

ഛായയ്ക്കിടയിലൂടെ സൂര്യന്റെ മന്ദഹാസരേണു പുരണ്ട് തിളങ്ങുന്നൊരു മുഖം നിന്റേതാണെന്നറിയുക. എല്ലാ ചോരച്ചാലുകൾക്കും പിന്നിൽ തരുണ സൂര്യന്റെ മന്ദഹാസമുണ്ടെന്നും നീ അറിയുക.

പുരുഷൻ സർവ്വശക്തനാകുന്നത് രക്തമൊഴുകിപ്പോയ ഈ പാതയിലൂടെ തെന്നിവന്ന് സ്വന്തം കഥ പറയുമ്പോഴാണ്.

ഇപ്പോൾ കഥയില്ല.

കഥയിൽ പുഴയ്ക്കു നിറയാനൊരു കരയാണ് വേണ്ടത്. മൃദുലമോഹങ്ങളുടെ സമതലത്തിലേക്ക് നീളുന്നൊരു പുഴ.

എവിടുന്നാണ് ഈ മലവെള്ളപ്പാച്ചിൽ?

കൈതക്കാടുകളും കാട്ടുവള്ളികളും കോരിമാറ്റി ഒരു പ്രളയം പുഴ വെള്ളത്തിലൂടെ. നിണരേഖകൾ ഒന്നിച്ച് ചുവപ്പിന്റെ വർഷം തിമിർത്തു.

കരടിക്ക് ഉത്സാഹമായി

കൈകൾ വിരിച്ചവൻ നീന്തിത്തുടിക്കുകയായിരുന്നു. മലർന്നു കിടന്ന് തുഴഞ്ഞു. പിന്നെ കമിഴ്ന്നുകിടന്ന് തലമാത്രം മുകളിലാക്കി ചിരിച്ചു.

അപ്പോൾ പാതിവെന്ത തീവണ്ടിമുറികൾ പ്രളയവാരിധിയിൽ കീഴ്മേൽ മറിഞ്ഞൊഴുകി. പിളർന്ന വായ്, ഉയർത്തിയ കൈപ്പത്തി. മടങ്ങിപ്പോയ മുട്ട്. പൊങ്ങിക്കിടക്കുന്ന മുതുക്.

നീരാമ്പലുകളല്ല ചെവികളാണല്ലോ.

പായൽപ്പടർപ്പുകളല്ല കവിൾത്തുടിപ്പാണല്ലോ.

ഒടുവിൽ...

തെറ്റിപ്പൂക്കളും കടപുഴകിയ തുളസിക്കാടുകളും.

പെട്ടെന്ന് ചുവന്ന പുഴയൊഴുകിത്തീർന്നു.

മെയ്യാകെ രക്തം പുരണ്ട കരടി മെല്ലെ നടന്നു.

ഇപ്പോൾ പുഴയുടെ അടിയിൽ ഉരുളൻ കല്ലുകളും ഏതാനും പാറ വെളുപ്പും കാണാകുന്നു. ക്ഷണത്തിൽ അവ തീക്ഷ്ണരശ്മികളാൽ തപിക്കുകയും വെളുപ്പിൽ പടർന്ന് ഗ്രീഷ്മത്തിന്റെ ഭൂമിയായി മാറുകയും ചെയ്യുന്നുവല്ലോ.

ചെമ്പൻ നിറമുള്ള പക്ഷികൾ വരണ്ട ശബ്ദം പുറപ്പെടുവിച്ചുകൊണ്ട് കോലാഹലങ്ങൾ കൂട്ടുകയും തമ്മിൽ കൊത്തിവീഴ്ത്തി മുൾമരശിഖരങ്ങളിലേക്ക് പറക്കുകയും ചെയ്യുന്നു.

മാംസശകലങ്ങൾ പറ്റിയ രോമത്തിലെ രക്തക്കറയുണക്കാൻ കരടി, പാറവെളുമ്പിലിരുന്നു.

കുന്നുകയറുന്ന ബസിനു പിന്നാലെ ചക്രം കറക്കി പൊടി പാറി പൊടി മഞ്ഞായ് കാനനം നിറഞ്ഞപ്പോൾ തീവണ്ടി കിതപ്പടക്കി ശരവേഗമോടെങ്ങോ പോയാർത്തപ്പോൾ അവൾ ചിരിയോടെ മാഞ്ഞ് ആ പുൽമെത്തയിൽ ചെരിയുമ്പോൾ ചെരിച്ചതൊക്കെയും സൂര്യനെന്ന് അവൻ. ചെരിഞ്ഞതൊക്കെയും കുസുമമെന്നവൾ.

ചിരികൊണ്ട് ചെരിഞ്ഞുരുണ്ട് അവർ പുൽച്ചാടികൾ പോലെ കാനന വെളുമ്പിൽ പതയവേ ഏതോ കാലത്തിന്റെ കരങ്ങളിൽ തട്ടി അവൾ കൺതുറന്നു.

അവൾ മൊഴിഞ്ഞു.

പുൽമെത്തയിൽ നിനക്കായി ഞാൻ ശയ്യയൊരുക്കുന്നു. ഒന്നാകാൻ നമുക്കിടയിലൊരു പരുത്തിനൂലിന്റെ നാണമെന്തിന്. നിന്റെ ചേലകൾ ഈ ആകാശത്ത് തൂക്കുക. കാതുകളിൽ മൊഴിയുന്നതെല്ലാം കാമാതുരമായ വസന്തങ്ങൾ?

പൂക്കളുടെ കണ്ണുപൊത്തി നമുക്കീ ഹരിതശയ്യയിലൊരനക്കമാകാം.

നെല്ലിക്കാട്ടിലൊളിച്ചുനിന്ന് കരടി ഒരിരയുടെ മേൽ കെണിയൊരു

ക്കുകയായിരുന്നു. ഇതെന്റെയും നിന്റെയും പ്രണയപർവ്വം.

നെല്ലിക്കാട്ടിലൂടെ ബസ് മലനെറുകയിലേറി വളവുകൾ ഇറങ്ങിപ്പുളഞ്ഞ് കിതയ്ക്കുകയായിരുന്നു.

പ്രകാശത്തിന്റെ പൂക്കൾ അങ്ങുതാഴെ ഇരുട്ടിന്റെ കമ്പളത്തിൽ പുതഞ്ഞ് തിങ്ങുന്നുണ്ടായിരുന്നു. ഓരോ മരണവളവിലും ബസ് ആടിയുലഞ്ഞ് പോകവേ അങ്ങ് താഴെ നിന്റെ ചാരിത്ര്യത്തിന്റെ പ്രകാശപ്പൊടികൾ വീണ് നഗരത്തിന്റെ നിശാവസ്ത്രം ഒരു പുതപ്പായി മാറുകയായിരുന്നു.

ഒന്നാം വളവിൽ നിന്നൊന്നു പിടച്ചു.
രണ്ടാം വളവിലേക്കൊന്നു പുളഞ്ഞു.
മൂന്നാം വളവിലൊന്നു കുതറുമ്പോഴേക്കും
നാലാം വളവും കഴിഞ്ഞല്ലോ.
അഞ്ചാം വളവിലൊരുന്മാദവും
ആറാം വളവിലൊരു പ്രഹർഷവും
ഏഴാം വളവിലൊരാഘാതവും... വന്ന് ബസിന്റെ ലക്കുകെടുത്തുന്നു.

വളവുകളെല്ലാം പൂർത്തിയാകാതെ ആ ബസ് പുതപ്പിലേക്ക് വീണുപോകുന്നുവോ?

അപ്പോൾ കരവലയത്തിലൊതുക്കിയ ഇരയെ ചുംബിക്കുകയായിരുന്നു കരടി.

നിന്റെ രക്തംകൊണ്ട് എന്റെ പ്രണയത്തെ പൂരിപ്പിച്ചുകൊള്ളട്ടെ.

നിന്റെ പ്രാണൻകൊണ്ട് എന്റെ ആസക്തിയേയും.

നിന്റെ മെയ്യിലേക്ക് ഈ ഭൂമിയിലെ പുരുഷന്മാരെല്ലാം ഇറങ്ങിവരികയാണ്. യൗവനത്തിന്റെ സ്ഫുലിംഗങ്ങളേല്ക്കുമ്പോൾ വേവുന്ന തിരയിളക്കമാണ് നീ. ഏകാന്തതയുടെ കൂടാരപ്പാളി പറത്തി നീ പോകുന്നതെങ്ങോട്ട്?

തെക്കെ മേഘച്ചെരിവിൽ വെളിച്ചം വീഴുന്നുണ്ട്. ഈ കുന്നിൻമുകളിൽ പതിവില്ലാത്തൊരു നക്ഷത്രം ഉദിച്ചിട്ടുണ്ട്. തണുപ്പിന്റെ വിരലുകൾ പരതി നീങ്ങുന്നതിവിടെന്റെ ശരീരത്തിലാണല്ലോ?

എന്റെ ഉടുപ്പുകൾ കവചങ്ങളാവുകയാണ്. പ്രകൃതിയുടെ വെട്ടേറ്റു തണുക്കാത്തൊരു കുപ്പായമുണ്ടെനിക്ക്. നിനക്കോ?

സിരകളിൽ മഞ്ഞുപായിക്കുന്ന എന്റെ ലാവണത്തിലെ സന്ധ്യകളിൽ നഗരത്തിലെ ചോർത്തിക്കളഞ്ഞ ഞായറാഴ്ചകൾ വന്നു ചേക്കേറുകയാണ്.

കാടുകൾ തീ പിടിപ്പിക്കുന്ന പകലുകളാണിവിടെ.

ഉഷ്ണമുനകൾ വന്ന് ചർമ്മത്തോട് മന്ത്രിക്കുന്നു. എന്റെ അനുരാഗം നിനക്ക് പൊള്ളാത്ത സ്പർശമാണ്.

ഈ ഉച്ചകൾ സുഖദമായ പ്രഭാതങ്ങൾ പോലെയാണെനിക്ക്. വെയിൽകൊണ്ട് തണുക്കാൻ പിന്നൊരുഷ്ണക്കളരിയിൽ തോർത്തിക്കേറാൻ ഇവിടം എനിക്കൊരു കുളിമുറി.

ഞാൻ ഋതുക്കളുടെ ഇടയനാകുന്നു. അല്പജന്മത്തിന്റെ നിസ്സഹായതയിൽ ഒറ്റ രോമബന്ധിതന്റെ സ്വപ്ന വീഴ്ചയിലാണിപ്പോൾ.

നമ്മുടെ ആകാശവും ഭൂമിയും നക്ഷത്രവുമെല്ലാം കുതിർന്നുപോകുന്നുവല്ലോ. കഠിനമോഹത്തിന്റെ ശൂന്യതയിൽ കളഞ്ഞുപോയതെല്ലാം നേടിയെടുക്കാമെന്നാണോ?

കുനിഞ്ഞ ശിരസ്സുമായി കരടി അവൾക്കരികിൽ മടങ്ങിയെത്തി.

- നീ ഇത്രയും നേരം എവിടെയായിരുന്നു?

- ഈ നെല്ലിക്കാട്ടിൽ കളിക്കുകയായിരുന്നു.

- നീയോ?

- ഞാനും!

ഇപ്പോൾ എല്ലാം തുടക്കത്തിലേതുപോലെ തന്നെ. പെൺകുട്ടി ആഹ്ലാദത്തിന്റെ വരമ്പിലൂടെ വരികയാണ്. ഒരു തീവണ്ടിയും വരവറിയിച്ചുകൊണ്ട് സ്വനം പ്രസരിപ്പിക്കുന്നു. ബസ് വരാൻ നേരമായിട്ടില്ല.

തീവണ്ടി കടന്നുപോകുമ്പോൾ നോക്കാതിരിക്കാം.

പെൺകുട്ടിയുടെ ചിരിയിൽ കൊഴുത്ത ആകാശം. ഇപ്പോൾ അവൾ പാവാടയിലെ പൊടിതട്ടിക്കുടഞ്ഞുകൊണ്ട് പൂചൂടി ചിരിക്കുന്നു.

കരടിയും സൗമ്യനായി അവളോടു ചേർന്നു നില്ക്കുന്നു.

വനമുല്ലയിൽ കുളിർപാകിയൊരു കാറ്റ് എല്ലാം കാണുന്നുണ്ടായിരുന്നു. രാജമല്ലിയുടെ കാന്തി നോക്കി കൈവീശി അകലുന്നവർ വീണ്ടും ഇവിടേക്കു വരുമോ?

എല്ലാ അകൽച്ചയും സുഖപര്യസായിയായിത്തീരട്ടെ.

സ്വർഗ്ഗനരകങ്ങളിൽ വിടരുന്നതെല്ലാം ഒരേ പൂക്കൾ. പരക്കുന്നതെല്ലാം ഒരേ ഗന്ധം.

ഇനി തീവണ്ടികൾ തലങ്ങും വിലങ്ങും ഓടിക്കൊണ്ടിരിക്കും. കുന്നിറങ്ങിക്കയറി ബസും തെറ്റി ഓടിക്കൊണ്ടിരിക്കും. നദിയിലൂടെ ഇലകളും പൂക്കളും സൂര്യന് മുഖം കൊടുത്തുകൊണ്ട് ഒഴുകിക്കൊണ്ടിരിക്കും. എല്ലാം അതാതിന്റെ കർമ്മം അനുഷ്ഠിച്ചുകൊണ്ടിരിക്കും.

ഞാനും ഈ നെല്ലിക്കാടും കാഴ്ചയിലെ തിമിരവും ബാക്കി

(1998)

കൊച്ചുറാണിയുടെ കടുംകൈ

നിങ്ങൾ വിവാഹിതരും ഇടയ്ക്കിടയ്ക്ക് പൂർവ്വബന്ധങ്ങളുടെ നനവു തട്ടുമ്പോൾ ആണോ പെണ്ണോ ആരെങ്കിലുമൊരാളെ പ്രതിസ്ഥാനത്തു നിർത്തുന്നവരുമാണെങ്കിൽ ഈ കഥ നിങ്ങൾക്കുള്ളതാണ്.

അറുപതു കഴിഞ്ഞ നമ്മുടെ പ്രമുഖ കഥാകാരന്മാരെല്ലാം ഗോപാൽപൂരിലും മൂകാംബികയിലും കൊണ്ടുചെന്ന് പഴയ നായികമാർക്ക് സൂര്യചന്ദ്രന്മാരെ കാണിച്ചുകൊടുത്തിട്ടുണ്ട്. അങ്ങനെ സ്പർശിക്കാതെ സ്ഖലിച്ചു പോകുന്ന വൃദ്ധരതിയുടെ അടയാളമല്ലീക്കഥ.

പ്രണയസാഗരത്തിന്റെ ഹൈറേഞ്ചിലൊരിടത്താണ് ഈ കഥ സംഭവിച്ചു കഴിഞ്ഞത്.

ആനച്ചാൽ ജോസും കൊച്ചുറാണിയും തമ്മിലുള്ള പ്രണയബന്ധത്തിന് തുടർച്ചയുണ്ടാകുമെന്ന് ഒന്നിക്കാതെ പോയ വിവാഹത്തിനുശേഷവും ആരും നിനച്ചതല്ല.

തോപ്രാംകുടിയിലെ കുരുമുളകുതോട്ടത്തിലൂടെ നടക്കുന്ന കൊച്ചുറാണിക്കിപ്പോൾ എന്താണഴക്! ആനച്ചാൽ ജോസിന്റെ മടക്കിക്കുത്തിയ മുണ്ടിനു താഴെ കാൽമസിലുകളിൽ പറ്റിനില്ക്കുന്ന രോമരാജിയിലായിരുന്നു. കൊച്ചു റാണിയുടെ പുളകം വിരിഞ്ഞിരുന്നത്.

ഹൈറേഞ്ചിലെ കാറ്റുവീഴ്ചയിൽ കുഴഞ്ഞുവീണത് അവരുടെ പ്രണയവല്ലരികളായിരുന്നു. വിലയിടിഞ്ഞ കുരുമുളകു വള്ളികൾ മുരിക്കിനോട് വിട ചൊല്ലുകയായിരുന്നു.

പ്രൈമറി സ്കൂൾ മാസ്റ്ററായ ആനച്ചാൽ ജോസ്, ഡി പി ഇ പി വന്നപ്പോൾ പള്ളിക്കൂടങ്ങളായ പള്ളിക്കൂടങ്ങൾ കയറിയിറങ്ങി കളി പരിശീലിപ്പിക്കുന്ന കൂട്ടത്തിലാണ് നെടുങ്കണ്ടത്തുവച്ച് കുരുമുളകു തോട്ടത്തിലൂടെ കൊച്ചുറാണി കടന്നുവന്നത്.

കൊച്ചു. ജോസച്ചായാ...

കൊച്ചുറാണിയുടെ നേർത്തശബ്ദത്തിന്റെ കമ്പിയിൽ കുരുങ്ങി ആനച്ചാൽ ജോസ് വവ്വാലായി.

കൊച്ചു: എന്നെ മറന്നോ?

ആന: മറന്നില്ലേ?

കൊച്ചു: ഓർക്കാനെന്തെങ്കിലും തരാതെ ഞാനെങ്ങനാ മറക്കുന്നത്?

ഇപ്പോൾ തോട്ടത്തിൽ മുളക് നിറഞ്ഞിരിക്കുന്നു. കൊടികൾ പിടിച്ചു കയറുകയാണ്. സ്വർണ്ണം കായ്ക്കുമ്പോൾ പെണ്ണേ, പൂർവ്വാനുരാഗം നിന്റെ തോട്ടത്തിനൊരു നീലച്ഛവി പകരുന്നതു നീ കാണുന്നില്ലേ.

ആന: ഇവിടെങ്ങനെത്തി?

കൊച്ചു: കെട്ടിച്ചുകൊണ്ടുവന്നതാ.

ആന: സുഖമാണോ?

കൊച്ചു: എനിക്കൊന്നു കാണണമായിരുന്നു.

ആന: ഞാൻ ടി ബിയിലുണ്ട്.

കൊച്ചു: ടി ബിയോ?

ആന: വേൾഡ് ബാങ്കിന്റെ പണമല്ലേ പെണ്ണേ.

ലോകബാങ്കിൽ കൊച്ചുറാണി വീണുപോയി.

അവർക്കിടയിലേക്ക് ഇരച്ചുകയറിയ മഹീന്ദ്രയിൽനിന്ന് കൊച്ചുറാണിയുടെ കണവൻപോലും അറിയാതെ ആനച്ചാൽ ജോസിനെ ഒളിപ്പിച്ചു നിർത്താൻ മുളകുവള്ളികൾക്കാകുമായിരുന്നു.

ആന: നിനക്കു തലമുടിയില്ലെങ്കിലെന്താ.. ഈ കോമപ്പനെ ഒളിപ്പിക്കാൻ മുളകുവള്ളികൾ തലമുടിയാക്കീല്ലേ.

കൊച്ചു: ശ്ശ്... അപ്പോൾ ടി ബിയിൽ കാണാം.

ടി ബിയിൽ ശയിക്കുന്ന ആനച്ചാൽ ജോസിന്റെ മുടിയിഴകളിൽ തൊട്ടു തൊട്ടില്ലെന്നു പാടിക്കൊണ്ട് കൊച്ചുറാണി മൊഴിഞ്ഞു.

കൊച്ചു: ഈയൊരു നിമിഷത്തിനുവേണ്ടി ഞാൻ എത്ര നാൾ കൊതിച്ചു.

അതുകേട്ടു കുളിർത്ത ആനച്ചാൽ ജോസിന്റെ ഇടപ്പുരികത്തിൽനിന്ന് മൂക്കറ്റത്തേക്കു ചൂണ്ടുവിരലിഴച്ച് കൊച്ചുറാണി പറഞ്ഞു.

കൊച്ചു: ഇതുപോലൊരു കുട്ടിയെ എനിക്കു വേണം. എനിക്കു മുല കൊടുക്കാൻ.

ആന: അതിന് ഈ കുഞ്ഞുണ്ടല്ലോ.

ആനച്ചാൽ ജോസ് നാക്കുനീട്ടിയതും 'പോ അസത്തേ' എന്ന് കൊച്ചുറാണി കിണുങ്ങി.

ആന: നിങ്ങളുടെ ദാമ്പത്യവല്ലരി പൂത്തോ കൊച്ചുറാണീ?

കൊച്ചു; ഇല മാത്രമേയുള്ളൂ.

ആന: ഫ്യൂരിഡാൻ തളിച്ചില്ലേ?

കൊച്ചു: എന്തിനാ തളിക്കുന്നത് ഇലവാട്ടമില്ലല്ലോ.

ആനച്ചാൽ ജോസ് പിന്നെ മറനീക്കി

ആന: അതെന്താ കുട്ടികളില്ലാത്തത്?

കൊച്ചു: അതെങ്ങനാ..

ആന: നിങ്ങൾ തമ്മിൽ... മഹീന്ദ്ര ഇരപ്പിച്ചുനടക്കത്തേയൊള്ളോ?

കൊച്ചു: അതൊന്നും പറയാതിരിക്കുകയാ ഭേദം.

ആനച്ചാൽ ജോസിനൊരു തുമ്പുകിട്ടുകയായിരുന്നു.

ഓരോ പ്രായത്തിനും ഒരു തുമ്പുവേണം. കേറിപ്പിടിക്കാനും കത്തിപ്പടരാനും. തുമ്പ് തീർന്നുകഴിഞ്ഞാൽ താഴെ വീഴും. ഓരോ വിവാഹവും തുമ്പു തീർക്കലാണ്. പിന്നൊരു തുമ്പിൽ നിന്നേ തുടങ്ങാനാവൂ.

ആന: നിന്റെ കുരുമുളകിനും ഇഞ്ചിക്കും മഞ്ഞളിനും കണവനും സുഖമാണോടീ?

കൊച്ചു: അതൊക്കെ പറയാതിരിക്കുകയാ ഭേദം.

ആന: നേരം സന്ധ്യ കഴിഞ്ഞില്ലേ. നിനക്ക് പോകണ്ടേ കൊച്ചുറാണീ?

കൊച്ചു: ഇച്ചിരികൂടെ നിന്നാലെന്താ... അല്ലെങ്കിൽ വേണ്ട. ഞാൻ പോകാം. എന്നാണിനി കാണുക?

ആന: ഞാൻ രണ്ടുദിവസം കൂടി കാണും.

കൊച്ചു: അതിനിടേൽ എന്നെക്കൂടി ഡി പി ഇ പി കളികൾ പഠിപ്പിക്കുമോ ജോസച്ചായാ.

ആന: എപ്പോൾ, എവിടെവച്ച്. എങ്ങനെ?

കൊച്ചു: എല്ലാം സ്വന്തം വീട്ടിൽനിന്നാ തുടങ്ങേണ്ടത്. അതിനാൽ നമുക്ക് നാളെ, തിങ്കൾ.. വീട്ടിലേക്കു ബാ.

ആന: എപ്പോൾ?

കൊച്ചു: ലോകബാങ്കല്ലേ. ഇരുപത്തിനാലു മണിക്കണക്കല്ലേ അവരുടത്. അപ്പോൾ ഒന്നാം മണിക്കു തുടങ്ങാം. ഡി പി ഇ പി കളി.

ആനച്ചാൽ ജോസ് കൊച്ചുറാണിയുടെ നെറുകയിൽ ഉമ്മ കൊടുക്കാൻ ആയവേ തലവെട്ടിച്ചവൾ കടന്നുപോയി.

വെള്ളിയാഴ്ചയുടെ അടുക്കളവാതിൽ തുറന്ന് മെല്ലെ കൊച്ചുറാണി കൃത്യം ഒന്നിനുതന്നെ ആനച്ചാൽ ജോസിനരികിൽ വന്നു.

ആന: നിലാവിന്റെ കൂട്ടുണ്ടായിരുന്നു അന്നൊക്കെ നിന്നെക്കാണാൻ.

കൊച്ചു: അകത്തേക്കിരിക്കാം.

ആന: അന്ന് നീ ഇങ്ങനെയായിരുന്നില്ലല്ലോ. അകത്തിരിക്കുന്ന കാര്യമേ പറയാറില്ലല്ലോ.

കൊച്ചു: പലിശതീർത്തു ഞാൻ തരുന്നുണ്ട്.

ആനച്ചാൽ ജോസും കൊച്ചുറാണിയും അടുക്കള കടന്ന് അകത്തെ മുറിയിലിരുന്നു.

കൊച്ചു: അത്താഴം കഴിച്ചതാണോ?

ആന: ലോകബാങ്കിനോടാണോ ചോദ്യം.

കൊച്ചു: അതിന്റെ താക്കോലുണ്ടോ?

ആന: ങാ... താക്കോലു തരാം ഇപ്പോ വേണോ?

കൊച്ചു: അതിന് സമയമുണ്ടല്ലോ.

കിടപ്പുമുറിയിൽനിന്ന് കൂർക്കം ഉയരുകയായിരുന്നു.

ആന: അതാരുടേതാ?

കൊച്ചു: അറിഞ്ഞുകൂടേ?

ആന: ഉറങ്ങിയോ?

കൊച്ചു: ഉറക്കി.

ആന: വഞ്ചിക്കുകയല്ലേ?

കൊച്ചു: അതെല്ലാം എന്റെ കാര്യം.

ആന: നീയിങ്ങനെ നോക്കിയിരുന്നാലെങ്ങനാ?

കൊച്ചു: എനിക്കിങ്ങനെ നോക്കിയിരിക്കണം.

ആന: ഈ വിളക്കെന്നെ നോവിക്കുന്നു. നീയിതൊന്നു കെടുത്തുമോ, പൊന്നേ..

കൊച്ചു: ഞാനൊന്നു കാണട്ടെ. കൺകുളിർക്കെ.

ആന: കണ്ടുകഴിഞ്ഞോ?

കൊച്ചു: നമ്മളൊരുമിച്ചുള്ള ജീവിതത്തിനുവേണ്ടി ഞാനെത്ര കൊതിച്ചു.

ആന: ഇനി പറഞ്ഞിട്ടെന്താ കാര്യം. കാറ്റുവീഴ്ചയും ഇലവാട്ടവുമായിരുന്നില്ലേ!

കൊച്ചു: പറയാൻ ഏറെയുള്ളപ്പോൾ നമുക്കെന്തിനു പറയാതിരിക്കണം.

എല്ലാം പറഞ്ഞുകഴിഞ്ഞപ്പോൾ ആരും കരഞ്ഞില്ല. കണ്ണീർ വരുത്താനും കഴിഞ്ഞില്ല.

കൊച്ചു: ഇത്രയും കാലത്തിനിടയിൽ ജോസച്ചായൻ എപ്പോഴെങ്കിലും എന്നെ ഓർത്തോ.

ആന: ഓർത്തോന്നോ!

കൊച്ചു: എല്ലാവർക്കും സുഖമാണോ?

ആന: ആൻസീം ഒരു കുഞ്ഞും. അവളും ടീച്ചറാ.

പെട്ടെന്ന് ആനച്ചാൽ ജോസിന്റെ ഹൃദയവെളുമ്പിൽ ആൻസിയുടെ കള്ളച്ചിരി വിതുമ്പുകയും അത് ഉണക്കാനിട്ട കുരുമുളകിനോടൊപ്പം ചാക്കിലാക്കി മറവിയുടെ തട്ടിൻപുറത്തേക്കു തള്ളുകയും ചെയ്തു.

കൊച്ചുറാണിയുടെ കൈപിടിച്ച് ആ നിലാവത്ത് എവിടേക്കെന്നില്ലാതെ ഓടിപ്പോകണമെന്ന് ആനച്ചാൽ ജോസിന് തോന്നിയെങ്കിലും തുടർച്ച എവിടംവരെ എന്നറിയാൻ അക്ഷമ പൂണ്ടു.

കൊച്ചു: നമ്മൾ വീണ്ടും കാണുമെന്നു വിചാരിച്ചിരുന്നോ?

ആന: ഹൈറേഞ്ചിന്റെ ഹൃദയം വിശാലമാണു പെണ്ണേ.

കൊച്ചു: അന്നു കൊണ്ടുവരാമെന്നു പറഞ്ഞ പുസ്തകം കൊണ്ടുവന്നോ?

ആന: കക്ഷത്തിലുണ്ട്.

ആനച്ചാൽ ജോസിന്റെ കൈപ്പത്തിയിൽ കൊച്ചുറാണിയുടെ പരുത്ത കരം ഒരു തവണയേ ഉരസിയുള്ളൂ.

ദീർഘനിശ്വാസത്തോടെ കൊച്ചുറാണി എണീറ്റു.

കൊച്ചു: ഞാൻ വരാം പൊന്നേ. ഉറങ്ങരുത്. ഈ കൺപോളകളെ എനിക്കിഷ്ടമാ... ഈ പീലിയെ എനിക്കിഷ്ടമാ.. ഞാൻ വരാമേ.... ഇതൊക്കെ ഞാനൂരിക്കളയട്ടെ എന്ന് കൊച്ചുറാണി കൊഞ്ചവേ ആനച്ചാൽ ജോസ് മനസ്സിൽ നണ്ണി.

മുപ്പത്തെട്ടിന്റെ ഇലാസ്റ്റിക് നാല്പതിന്റെ സിൽക്കുനാട. ഒറ്റവലിക്ക് നിലം പൊത്തുന്ന വർണ്ണവസന്തം.

അക്ഷമരായ കാമികൾക്കുവേണ്ടി എന്തെല്ലാം ഒരുക്കണമെന്ന് കാമിനിമാർക്കറിയാം.

കിടപ്പുമുറിയിലെ കണവന്റെ കൂർക്കവും കൊച്ചുറാണിയുടെ കൊഞ്ചലും സ്വയം നണ്ണലും കുടിക്കുഴഞ്ഞ് ആനച്ചാൽ ജോസിന്റെ കൊച്ചുപുസ്തകങ്ങളെല്ലാം വിടരാൻ തുടങ്ങി.

വരാമെന്നു പറഞ്ഞുപോയ കൊച്ചുറാണിയെ കാണാഞ്ഞ് മണിക്കൂറൊന്നു കഴിഞ്ഞപ്പോൾ ആനച്ചാൽ ജോസ് പെരുവിരലിൽ എണീറ്റ് ആ ഇരുൾക്കൊഴുപ്പിലൂടെ തെന്നി കിടപ്പുമുറിയുടെ തിരശ്ശീല നീക്കി അന്വേഷിച്ചു.

കിടക്കറവിളക്കിന്റെ പൂജ്യപ്രഭയിൽ കൊതുകുവലക്കണ്ണികളിലൂടെ ആനച്ചാൽ ജോസിന്റെ കണ്ണുനിറയെ കണവമേനിയിൽ പറ്റിക്കിടക്കുന്ന കൊച്ചുറാണിയുടെ ത്രസിപ്പായിരുന്നു.

ഇടത്തെ കരം രോമനിബിഡമായ ഭർത്താവിന്റെ മാറിടത്തിൽ ശയിപ്പിച്ച് മുഖം കവിളത്തുരുമ്മി ചെരിഞ്ഞുറങ്ങുന്ന കൊച്ചുറാണി...

എടീ വഞ്ചകീ! എന്നു വിളിച്ച് നുറുവിളക്കു തെളിക്കാൻ ആനച്ചാൽ ജോസിന്റെ വിരലുകൾ കുതികൊണ്ടെങ്കിലും ഇരുപുറവും കിടന്നുറങ്ങുന്ന കുട്ടികളുടെ ചിരിക്കുന്ന മുഖം കണ്ട് അയാൾ പിൻവാങ്ങി.

കൊച്ചുറാണിയുടെ നിദ്രാവസ്ഥ ആനച്ചാൽ ജോസിനോട് മന്ത്രിക്കുന്നുണ്ടായിരുന്നു.

- പ്രണയമൊരു മുളകുവള്ളിയാണ് ജോസേ! അത് ആനച്ചാലിൽ നിന്നും പടർന്ന് തോപ്രാംകുടി വഴി നെടുങ്കണ്ടത്തൂടെ അങ്ങേമലയിറങ്ങി പാണ്ടിദേശത്തേക്കൂർന്നാൽ തീർന്നില്ലേ.

എന്നിട്ടൊരു ചിരിയും.

ഏതു പന്തയത്തിലും ഫിനിഷിങ് പോയിന്റിൽവച്ചേ ഭാര്യ ഭർത്താവിനെ തിരിച്ചറിയുന്നുള്ളൂ.

പെരുവിരലിൽ വന്നതുപോലെ ആനച്ചാൽ ജോസ് വിടവാങ്ങവേ ഒരു തുള്ളി നിലത്തുവീണു.

എവിടന്നാണാ കണ്ണുനീർത്തുള്ളി!

ആനച്ചാൽ ജോസിന്റെ കക്ഷത്തിലിരുന്നു രമണന്റെ അമ്പതാം പതിപ്പ് തേങ്ങുകയായിരുന്നു.

(1999)

ഈയൽവാക

തോപ്രാംകുടി ജോർജ്കുട്ടിയുടെ ജീവിതം വിജയഗാഥയാണ്. കുരുമുളകുകൊടികൾ ദീർഘനിശ്വാസങ്ങളയച്ച് മുരിക്കിൻപൂക്കളെ തഴുകുമ്പോൾ വീഴ്ത്താനൊരു തുള്ളി കണ്ണീരും ബാക്കിയില്ലാതെ ഏലക്കാടുകൾ മന്ത്രിക്കുന്നു.

എന്റെ വല്യപ്പന്റെ കാലം...

ഭൂമിയോട് മല്ലടിച്ചെത്തിയ കാലത്തിന്റെ അസ്ഥികൾ മാന്തിനോക്കിയതു മാത്രം മിച്ചം.

ഇതൊക്കെ എഴുതാൻ കാരണം നോവലിസ്റ്റ് തോപ്രാംകുടി ജോർജുകുട്ടിയുടെ കൈ തളരുകയാണ്. അദ്ദേഹത്തിനെഴുതാൻ ഹൈറേഞ്ചിൽ ഇനിയിപ്പോൾ കഥയില്ലാതായിരിക്കുന്നു.

കിളികളെല്ലാം ഇറങ്ങിപ്പോയി വിഡ്ഢിപ്പെട്ടിയിൽ ചേക്കേറിക്കഴിഞ്ഞില്ലേ. നഗരസന്ധ്യകളിലെ വിരുന്നുമേശപ്പുറങ്ങളിൽ നിരക്കുന്നൊരു വിഭവമായി ഞങ്ങളുടെ കിളികളേയും നിങ്ങൾ പൊരിച്ചുതിന്നുകയല്ലേ?

ജോർജ്കുട്ടി ഒന്ന് ദീർഘനിശ്വാസം ചെയ്തു. അപ്പോൾ മാനത്ത് ഉദിച്ചു വന്ന വാർത്തിങ്കൾ അയാളോടായി മൊഴിഞ്ഞു.

പ്രിയപ്പെട്ട കഥാകൃത്തേ, നിന്റെ വഴികളിൽ കല്ലും മുള്ളുമാണിനി. നിന്റെ കഥകൾ വായിച്ചിരുന്ന ലക്ഷോപലക്ഷം യൗവനരാഗങ്ങൾ സഫലമായി. രണ്ടും മൂന്നും പെറുകയും അവരുടെ മക്കൾ ബോർഡിങ്ങിലും പ്ലസ്ടുവിലും കമ്പ്യൂട്ടറിലും അമേരിക്കയിലും നഴ്സിങ്ങിനും ഒക്കെയായി പറന്നുപോയി, അമ്മച്ചിക്ക് ഡ്രാഫ്റ്റയക്കുകയുമൊക്കെ ചെയ്യുമ്പോൾ നിനക്ക് സന്തോഷിക്കാം. ഇവരുടെ പരമ്പരകളിൽ ജോർജുകുട്ടി, നീയുണ്ട്.

കിളികളും പറഞ്ഞു, ശരിയാണ് ജോർജച്ചായാ. പക്ഷേ, എനിക്ക് പണ്ടേപ്പോലെ പറന്നുപറന്ന് കാമിനിമാരുടെ ഹൃദയം നോക്കാനാവുന്നില്ല. ഇപ്പോ ഒന്നിനും ഹൃദയമില്ലെന്നേ. മനസ്സുണ്ടെങ്കിലല്ലേ ഹൃദയത്തിന്റെ

സ്പന്ദനം കേൾക്കൂ. അത് കേട്ടുകൊണ്ടല്ലേ അവരുടെ ഉള്ളങ്ങളിൽ കൂടു കൂടാനാവൂ. പക്ഷേ, ഇന്നത്തെ പെങ്കൊച്ചുങ്ങളെന്നതാ. ഒന്നുവച്ച് രണ്ടു കൊയ്യുന്നവർ. രണ്ടിൽ നിന്ന് നാലിലേക്കും പിന്നെ പതിനാറിലേക്കും പിന്നെ... പിന്നെ അങ്ങനെ കേറിപ്പോകും. ഒന്നുവച്ച് രണ്ട് കളയുകേല. അന്നത്തെ മൈലാടും കുന്നും... മാൻപുഴേം കേട്ടാൽ ഏത് കുന്നെന്ന് ചോദിക്കും. കമ്പ്യൂട്ടറിൽ വിരലൊന്നമർത്തിയാൽ എത്ര ഹൃദയമാ കർത്താവേ തുറക്കുക.

നോവലിസ്റ്റ് ജോർജുകുട്ടിയുടെ വീട്ടിൽ അന്ന് എന്ത് തിരക്കായിരുന്നു.

എഴുത്തുകാരായി മൂന്നുപേർ. പറഞ്ഞുകൊടുക്കുന്നത് എഴുതാൻ അന്നക്കുട്ടി. അതിൽ നിന്ന് വശംപറ്റി സംഭാഷണം എഴുതിപ്പോകാൻ ഏലിയാസ്. പകർത്തി എഴുത്തുകാരൻ കുര്യച്ചൻ.

ക്രമം തെറ്റാതെ എല്ലാം മുറയ്ക്കു നടന്നുപോകും. മലഞ്ചെരിവിലേക്ക് നോക്കിയും മഞ്ഞുമൂടിയ താഴ്വരയിലേക്ക് കണ്ണോടിച്ചും ചിലപ്പോൾ കണ്ണുകളയച്ചും മറ്റു ചിലപ്പോൾ കണ്ണുകളടച്ചും മറ്റു ചിലപ്പോൾ ഉലാത്തിയും ക്ഷോഭംകൊണ്ടും പുഞ്ചിരിച്ചും പുരികമിളക്കിയും പുളകമണിഞ്ഞും ദ്രുതവേഗത്തിലനവധി താളങ്ങളിൽ കഥകൾ പറഞ്ഞുകൊണ്ടും നോവലിസ്റ്റ് ജോർജുകുട്ടി വിലസിയിരുന്ന ഒരു കാലഘട്ടമുണ്ടായിരുന്നു.

ഇന്നദ്ദേഹം സപ്തതിയിലെത്തിയിരിക്കുന്നു.

എഴുതിയ കൃതികളെല്ലാം ഒന്ന് പെറുക്കി അടുക്കിവച്ചാൽ അദ്ദേഹത്തിന്റെ പൊക്കംവരും. അരയിഞ്ച് കൂടുതലുണ്ടെങ്കിലേയുള്ളൂ. കൃതികൾ ഓരോന്നായി എടുത്തുനോക്കവേ നോവലിസ്റ്റിന്റെ ഹൃദയം മന്ത്രിച്ചുകൊണ്ടിരുന്നു. ഇത് എന്റെ വസന്തത്തിന്റേത്.

എന്റെ താരുണ്യത്തിന്റേത്...

ഇത് എന്റെ കാമത്തിന്റേത്...

ഇതെന്റെ സാന്ത്വനത്തിന്റെ...

ഇതെന്റെ അന്വേഷണത്തിന്റെ...

പെട്ടെന്നാണ് അവിടേക്ക് കോടമഞ്ഞും ഹൈറേഞ്ചിലെ കാറ്റും വീശാൻ തുടങ്ങിയത്. “സാറാ ഭാഗ്യവതി” എന്ന നോവലിൽ കുടുങ്ങിക്കിടന്ന ചിന്നക്കനാൽ ജോസ് ഉണർന്നു.

“നിങ്ങൾക്കെന്നെ കിട്ടിയതെന്നാണെന്നോർമ്മയുണ്ടോ?” എന്ന് ചോദിച്ചു കൊണ്ട് കള്ളിമുണ്ടും മടക്കിക്കുത്തി ഒറ്റച്ചാട്ടമായിരുന്നു അവൻ.

“ജോസേ, നീ ആ പിച്ചാത്തി താഴെയിട്” എന്ന് നോവലിസ്റ്റ് പറഞ്ഞെങ്കിലും ജോസ് പകപോക്കാനെന്നവണ്ണം നോവലിസ്റ്റിന്റെ കീഴ്ത്താടിയിൽ കത്തിവായ അമർത്തി പറഞ്ഞു തുടങ്ങി.

“ഞാനൊരു സന്ദർഭത്തിനായി കാത്തിരിക്കുകയായിരുന്നു. അമ്പതു വർഷം കഴിഞ്ഞാൽ പുസ്തകം എഴുത്തുകാരന്റെ അനുവാദമില്ലാതെയും അച്ചടിക്കാം. അപ്പോൾ ഞങ്ങൾ കഥാപാത്രങ്ങൾക്ക് മോചനം കിട്ടും. അപ്പോൾ കണക്കു തീർക്കാമെന്ന് കരുതിയിരിക്കുകയായിരുന്നു. എനിക്ക് കൈത്തരിപ്പു തീർക്കാൻ ഒരിക്കലെങ്കിലും നിങ്ങളൊരവസരം തന്നി

രുന്നോ? മറിയക്കുട്ടിയെ എനിക്ക് വേണമായിരുന്നു. അവളുടെ വഞ്ചക നായ ഭർത്താവിനെ വകവരുത്താൻ അവസരം പാർക്കുമ്പോഴെല്ലാം അതിനു സമ്മതം തന്ന് നിങ്ങൾ അവൾക്കു പിന്നാലെ എന്നെ പറഞ്ഞ യച്ചു. ഞാൻ സന്തോഷിച്ച് പിന്നാലെ ചെല്ലുമ്പോഴുണ്ട് നിങ്ങൾ ഒരദ്ധ്യായം അവസാനിപ്പിച്ച് വരയിടും. പിന്നെ എനിക്ക് കണ്ണു മഞ്ഞളിക്കും. എന്നെ ഒരിക്കലും നിങ്ങൾ അതു ചെയ്യാൻ സമ്മതിച്ചിട്ടില്ല. മാത്രമല്ല, പ്രലോഭന ങ്ങളിലൂടെ എന്നെക്കൊണ്ട് അന്നക്കുട്ടിയെ കൊതിപ്പിക്കുകയും ചെയ്തു. സമ്മതിച്ചു. ഓരോ നോവൽ കഴിയുമ്പോഴും ഞാൻ കാത്തിരിക്കുകയാ യിരുന്നു. എനിക്ക് പ്രണയിക്കാനും അനുഭവിക്കാനും ഈ ഭൂമുഖത്ത് പെൺകൊടികളില്ലേ? അടുത്ത നോവലിൽ ആവാമെന്നു കരുതി കാത്തി രുന്നതല്ലാതെ വീണ്ടും വീണ്ടും നിങ്ങളെന്നെ വഞ്ചിച്ചുകൊണ്ടിരുന്നു. ജോസിൽ നിന്ന് വർഗ്ഗീസിലേക്ക് പിന്നെ വിജയൻ, ചുങ്കത്തറ ബാബു, മുട്ടാളം വാസു, കബീർ... അങ്ങനെ എത്രയോ പേരുകൾ. ഓരോന്നിലും ഓരോ വേഷം കെട്ടി ഒരുപാടഭിനയിപ്പിച്ചു. ചിന്നമ്മയുടെയും ത്രേസ്യയു ടെയും സുലോചനയുടെയും ശകാരവും കരണത്തടികളും ആട്ടും തുപ്പും എത്രയാണ് ഞാൻ സഹിച്ചത്. നായകന്മാരുടെ എത്ര തല്ലുകൊണ്ടു. ഒരി ക്കൽ, ഒരിക്കൽപോലും എനിക്കാ പെൺകൊടികളോട് എന്റെ രാഗവായ്പ് അറിയിക്കാൻ അവസരം തന്നോ? ഞാനിത്രയും കാലം ഈ കൃതിയിൽ ജോസായിത്തന്നെ ഒളിച്ചിരിക്കുകയായിരുന്നു. ആ സ്വത്വം കളയണ്ടെന്ന് ഞാനും കരുതി. അന്നക്കുട്ടിയെയും മനസ്സിൽ പേറി ഇക്കാലമത്രയും ഞാൻ നീറി നീറി.."

നോവലിസ്റ്റ് ജോർജുകുട്ടി ഒന്നൂറി ചിരിച്ചു.

"മാറ്റെടാ ജോസേ, നിന്റെ ഈ പിച്ചാംകത്തി. നിന്നെ എനിക്കങ്ങനെ അങ്ങ് കെട്ടഴിച്ചുവിടാൻ പറ്റ്വോടാ മോനേ" എന്ന് പറഞ്ഞുകൊണ്ട് ജോർജു കുട്ടി ജോസിന്റെ താടിക്കു പിടിച്ചു ലാളനയോടെ പറഞ്ഞു:

"നീയായിരുന്നു എന്റെ സ്വത്ത്. നീയില്ലായിരുന്നെങ്കിൽ ദാ നോക്ക്, ഈ പുസ്തകങ്ങൾ എന്നോളം പൊക്കത്തിൽ വളരുമായിരുന്നോ? എന്റെ പെൺകൊച്ചുങ്ങളെ പഠിപ്പിച്ച് നല്ല നെലേൽ കെട്ടിച്ചയയ്ക്കാൻ പറ്റ്വാ രുന്നോ? നീ അന്നേ അന്നാമ്മേം പ്രേമിച്ച് അവളേം കെട്ടി സുഖമായി ജീവിച്ചിരുന്നെങ്കിലേ ഈ തോപ്രാംകൂടി ജോർജുകുട്ടിയില്ല! ഇത്രേം പുസ്തകങ്ങളുമില്ല. ഈ സപ്തതീമില്ല."

ഇത്രയും കഴിഞ്ഞപ്പോൾ ഒരു തേങ്ങൽ. "മനസ്സമ്മത"ത്തിലെ ഗ്രേസി യാണല്ലോ അത്. പുസ്തകം മുഴുവൻ നനഞ്ഞല്ലോ. ഗ്രേസിയുടെ കണ്ണീ രിൽ നിന്ന് അവളെ വലിച്ചെഴുന്നേല്പിച്ചപ്പോൾ പാതി ചിരിച്ചും കരഞ്ഞും കൊണ്ട് അവൾ മുഖം തുടച്ചു. ചട്ടമുണ്ടിന്റെ കുതൂഹലങ്ങൾ ബാക്കിയാക്കി ഗ്രേസി മൊഴിഞ്ഞു.

"ജോർജച്ചായാ, എന്നെ എന്തിനാണിങ്ങനെ കരയാൻ മാത്രമായി സൃഷ്ടിച്ചത്. എന്റെ മനസ്സിന്റെ കാണാക്കയങ്ങളിൽ തിരയടിച്ചിരുന്നത് സ്നേഹം മാത്രമായിരുന്നല്ലോ. എന്നിട്ടും ഞാൻ അന്തോണിച്ചനെ പൊന്നു

പോലെ നോക്കി. അദ്ദേഹം സ്നേഹിക്കുമെന്നു കരുതി. സ്നേഹമെന്നാൽ പുറത്തുകാണിക്കാത്ത അമൂല്യവസ്തുവാണോ? എന്നിട്ടും അവസരം തരാതിരുന്നതെന്തുകൊണ്ടാ? “വിഷാദഗാന”ത്തിലും “മരുപ്പച്ചയിലെ നീലത്തുരുത്തി”ലും ഞാൻ പേരുമാറ്റിയെങ്കിലും കണ്ണീരിന് ഒരു കുറവുമില്ലായിരുന്നു. അതിന്റെ ഉപ്പ് കുടിച്ച് കഞ്ഞിക്കുപോലും ഉപ്പുവേണ്ടെന്നായി. എനിക്കൊരു ഹൃദയം തന്നിട്ട് നാഥനെ നി എന്തിന് എന്നിൽ നിന്ന് തട്ടിമാറ്റി?”

നോവലിസ്റ്റ് ഇടപെട്ട് “തീർന്നോ നിന്റെ പരിദേവനങ്ങൾ?” എന്ന് ചോദിച്ചതും ഗ്രേസി തുടർന്നു

“എനിക്ക് പറയാൻ ഇനിയുമുണ്ട്. എന്റെ സ്നേഹം വഴിതെറ്റിയ കുഞ്ഞാടായി കുന്നിൻചരിവുകളിൽ അലഞ്ഞില്ലേ, എനിക്ക് പ്രിയതരമായ കിനാക്കൾ കാണാൻ മാത്രമായി പകുത്തില്ലേ? എനിക്കൊരിറ്റു സ്നേഹം. എന്നോടൊപ്പം ജീവിച്ചയാൾ തന്നുവെന്ന് കരുതുന്നുണ്ടോ? റോസിയും മറിയവും ആമിനയും ഉഷയും... പേരുകൾ മാത്രം മാറി മാറി.... എനിക്കിഷ്ടമുള്ളൊരു പുരുഷൻ, അവനെ എന്നിൽ നിന്ന് എന്തുകൊണ്ട് മാറ്റി നിർത്തി. ഒന്നിച്ചാൽ ലോകം മാറുമോ? രണ്ടുപേർ ചുംബിച്ചാൽ ലോകം മാറുമെന്ന് ഏതോ കവി പറഞ്ഞത് ഞാനും കേട്ടിട്ടുണ്ട്....”

തോപ്രാംകുടി ജോർജുകുട്ടി “മണ്ടിപ്പെണ്ണേ” എന്ന് ഗ്രേസിയുടെ തോളിൽ തട്ടി ചിരിച്ചുകൊണ്ട് പറഞ്ഞു:

“നീ സ്നേഹം ഉള്ളിലടയ്ക്കേണ്ടവളാ മോളേ. അല്ലാതെ ഇന്നത്തെ പെണ്ണെഴുത്തുപോലെ പൊട്ടിച്ചിതറേണ്ടവളല്ല. കുടുംബബന്ധങ്ങളുടെ കുരുക്കിൽ കിടന്ന് സ്നേഹം സ്വരുക്കൂട്ടി ജ്വലിപ്പിച്ചെടുക്കേണ്ടവളാ. എനിക്ക് നാല് പെൺമക്കളാ. അവരുടെ ഭാവിയാ നീ കാത്തു സൂക്ഷിച്ചത്. അതിനിടയിൽ നീ എന്തെങ്കിലും കൊള്ളരുതായ്മ കാണിച്ചിരുന്നെങ്കിൽ ആരൊക്കെയാണ് ചീത്തയാകുമായിരുന്നത്. ഗ്രേസീ, നിനക്ക് ജോസിനെ ഇഷ്ടമായിരുന്നു. അതുകൊണ്ടുതന്നെ നിങ്ങളെ തമ്മിൽ അകറ്റി. അകലുമ്പോഴുള്ള വേദനയിലൂടെയാണ് ഞാൻ നോവലിസ്റ്റായി അനേകായിരങ്ങളുടെ മനം കവർന്നത്.”

ഗ്രേസിയുടെ കവിളുകളിൽ നോവലിസ്റ്റിന്റെ വിരലുകൾ അണകെട്ടുകയായിരുന്നു.

അപ്പോഴാണ് “ഗ്രീഷ്മ രാവുക”ളിലെ മാത്യൂസ് സ്വതസിദ്ധമായ പുഞ്ചിരിയോടെ പുറത്തുവന്നതും “ഇവളെന്റെ പെണ്ണാ” എന്ന് മൊഴിഞ്ഞ് ഗ്രേസിയെ അണച്ചുപിടിച്ചതും.

“കല്യാണം കഴിച്ചാൽ ഭാര്യ ഭർത്താവിന് സ്വന്തം. ഭൂലോകത്തുള്ളതെല്ലാം എനിക്ക് അനുഭവിക്കാനാണ് യോഗം...” ഇങ്ങനെ പറഞ്ഞുകൊണ്ട് എല്ലാരും മറയവേ ജോർജുകുട്ടി പഴയകാലത്തേക്കിറങ്ങി.

നാട്ടിൽ ക്ഷാമം വന്നപ്പോ എല്ലാവരും ഹൈറേഞ്ചിലേക്കു വന്നു. അരിവാളും ബൈബിളുമായി കാടുകേറിയവർക്കിടയിൽ ഞാൻ പേനേം കടലാസുമായിട്ടാ ആന ഇറങ്ങുന്ന വഴികളിലൂടെ നീന്തിക്കേറിയത്. എല്ലാരും കപ്പേം മുളകും നട്ടപ്പം ഞാൻ നീണ്ടകഥയിലേക്ക് കാമ്പുള്ള വിത്തിറക്കി.

പെട്ടെന്ന് ഫലം കൊയ്യാൻ പടർന്ന് ഇടതൂർന്ന് ഇറങ്ങുന്ന വിളകൾ. ഹൈറേഞ്ചിലെ പ്രകൃതിയും പരിമളവും കരുത്തും നേർമ്മയും ഞാൻ ഒപ്പി മറിച്ചും തിരിച്ചും കഥാപാത്രങ്ങളെ വരച്ചു.

തോപ്രാംകുടി ജോർജുകുട്ടി ഇപ്പോൾ നിശ്ശബ്ദനാണെന്ന് പറയാം. എന്റെ വിരലുകൾ കഥാപാത്രങ്ങളുടെ ലോലമർമ്മരങ്ങളറിയുന്നില്ല.

കഥയിലേക്കു കയറിവന്നവരെ പിടിച്ചിറക്കി ആൾരൂപമാക്കി വേഷം കെട്ടി ടെലിവിഷനിൽ പകർത്താൻ പാകത്തിലാക്കണംപോലും. എനിക്കതിനു കഴിയുമോ, ഒരിക്കലെഴുതിയവരെ അക്ഷരങ്ങളിൽ നിന്നടർത്തിയെടുക്കാൻ....

ജോസും ഗ്രേസിയും ആനിയമ്മയും വിജയനും മാത്യൂസും ഗോകുൽ ദാസും രമണിയുമൊക്കെ പരിഭവിച്ചുകൊണ്ട് ചുറ്റും കൂടുകയാണ്. “ഞങ്ങളെ ഇങ്ങനെ പഴഞ്ചൻ താളുകളിൽ ഉറക്കിക്കിടത്താമെന്നാണോ? സന്ധ്യയ്ക്ക് ഏഴരയ്ക്ക് ടി വിയിൽ പിറക്കാൻ ഞങ്ങൾക്ക് ഭാഗ്യമില്ലെന്നായോ... ഇങ്ങനെ ഒരാളായിപ്പോയല്ലോ ഞങ്ങളുടെ...”

“ഞങ്ങളുടെ...? ബാക്കികൂടെ പറ!”

“എങ്കിൽ ഞാൻ പറയാം. തന്ത. എല്ലാ മക്കളും വലുതാവുമ്പോൾ പറയുന്നൊരു കാര്യം നിങ്ങളും പറഞ്ഞു അത്രേയുള്ളൂ.”

കുളിർചോലപോലെ പൊട്ടിച്ചിരിച്ചുകൊണ്ട് യാതൊരു കൂസലും കൂടാതെ കടന്നുവരാറുള്ള സാറാമ്മയെ ജോർജുകുട്ടി ഓർമ്മിച്ചു. എന്തെഴുതിയാലും അവൾ അതെടുത്തു വായിക്കും. ഒന്നും പറയാതെ ചിരിക്കും.

ആ കൺവെളിച്ചവും തരുണകാന്തിയും നേർമ്മയിൽ ഓളംവെട്ടുന്ന സ്തനജഘനങ്ങളുമായിരുന്നു ഇക്കണ്ട കാലത്തെ കൃതികളിലെ ശ്യാമ രേഖകൾ.

“എന്നെ വിട്ടുപോകുമോ?” എന്നവൾ കസേരക്കഴുത്തിലൂടെ കൈ ചുറ്റി ചോദിക്കുമ്പോൾ നോവലിസ്റ്റ് പറയാറുണ്ട്. “എന്നുൾക്കരുത്തായ കഥകളിലെല്ലാം നിറഞ്ഞു പതയുന്നത് നീയല്ലേ പ്രിയേ” എന്ന്.

സാറാമ്മാ, ഇന്ന് നീ എവിടെയാണ്. നിന്റെ സ്വാധീനം കൊണ്ട് പുത്തനമ്മയുടെ മക്കൾ വന്നു ചോദിക്കുന്നത് കേട്ടില്ലേ?

ആനിപ്പെണ്ണിന് ഇതൊന്നും അറിഞ്ഞുകൂടാ. അല്ലാ, അറിയുന്നുണ്ടായിരിക്കാം. അവൾ പുറത്ത് കമാന്ന് ഒരക്ഷരം മിണ്ടിയിട്ടില്ല. കണവൻ കഥയെഴുതി കൈനിറയെ കാശു വാരുമ്പോൾ ഒന്ന് കണ്ണടച്ചാലെന്താ എന്നായിരിക്കും.

ഷീബമോളേം വക്കച്ചനേം സിബിയേം നിമ്മിയേം ഷൈനിയേം വല്യ വല്യ നെലേലാക്കാൻ പാവം എന്റെ ആനി വഹിച്ച പങ്ക്...

എല്ലാം പോയില്ലേ. ആനിപ്പെണ്ണിനെ അവളുടെ അപ്പനൊപ്പം അടക്കിയ രാത്രി തുടങ്ങിയതാ. ഈ വിറയൽ. നിമ്മിയേംകൂടി ഒരുത്തന്റെ കൂടെ പറഞ്ഞയച്ചശേഷമേ അവൾ കണ്ണടച്ചോള്ളു. അച്ചായാ, അച്ചായനു വിഷമമുണ്ടാക്കുന്ന ഒരു കാര്യോം ഞാൻ ചെയ്യുകേല. അച്ചായന്റെ ഇഷ്ടം എന്റെ ഇഷ്ടം... അതാണ് ആനിപ്പെണ്ണ്. അവൾ എന്റെ കൃതികളൊന്നും

വായിച്ചിട്ടില്ല. ഞാനെഴുതുന്നിടത്തേക്ക് ദർശിച്ചിട്ടുപോലുമില്ല. പിള്ളേരുടെ പഠിത്തം, അവരുടെ തീറ്റ, ദീനം, കളിചിരി അതിനെടേൽ പൊങ്ങിയും അലിഞ്ഞും. പാവം ഒരിക്കൽപോലും അതൃപ്തി പറഞ്ഞിട്ടില്ല.

മക്കളെല്ലാം വല്യനെലേൽ നാടുവിട്ടപ്പോ അവർക്ക് അപ്പന്റെ പ്രവൃത്തീലും മാറ്റം വേണമെന്നാ. അപ്പനെന്താ സീരിയല് എഴുതാത്തതെന്നാ വക്കച്ചന്റെ ചോദ്യം. അല്ലേലും അപ്പന് എട്ടു കടലാസൊള്ള വാരികേലെഴുതുന്നതിനാ ഇഷ്ടം. അതിന്റെ കാലം കഴിഞ്ഞില്ലേ എന്നാ പിള്ളേര്. നമ്മുടെ മനസ്സിലൊള്ളത് നമുക്ക് മാത്രം കാണാൻ പാകത്തിൽ രൂപപ്പൊലിമയോടെ എഴുതാൻ എനിക്ക് കടലാസുതന്നെ വേണം. ഇതെല്ലാം അവർക്കുണ്ടോ മനസ്സിലാകുന്നു...

സപ്തതിയിലെത്തിയെന്നൊന്നും പറഞ്ഞിട്ടുകാര്യമില്ല.

ഇളയവൻ വരുമെന്ന് അറിയിച്ചിട്ടൊണ്ട്. ബാക്കിയുള്ളവർക്കെങ്ങനാ വരാൻ പറ്റുന്നേ? അമേരിക്കയും ജർമ്മനിയും സിറിയയുമൊക്കെ അടുത്താണോ?

തകഴീം ബഷീറുമൊക്കെ എന്തു ഭാഗ്യവാന്മാരായിരുന്നു. മക്കളും ആരാധകരും ഭാര്യേമൊക്കെ അടുത്തുകൂടി എപ്പോഴും പ്രശംസാവർഷം. മാതൃഭൂമീല് ഫീച്ചറ്. അവരുടെ ഓരോ വാക്കുകൾക്കും പൊന്നുവില. അറുപത് തികയുന്നതിനു മുമ്പേ വരാൻ പോകുന്ന ദിനങ്ങളെപ്പറ്റി വിളംബരം.

സപ്തതീടെ വിവരം പത്രത്തിൽ കൊടുക്കാൻ വക്കച്ചൻ അമേരിക്കേന്ന് അമ്പതിനായിരം രൂപ അയച്ചിരിക്കുവാ. പരസ്യക്കൂലി. അപ്പന്റെ നല്ലൊരു പടമിരിക്കട്ടേന്ന്. കഴിഞ്ഞ വരവിന് മോളിക്കുട്ടി പറഞ്ഞപ്പോ ഞാൻ നിന്നു കൊടുത്തു. മുണ്ടശ്ശേരി മാസ്റ്ററുടെ ഗൗരവത്തില് ഒരു ഫോട്ടോ. അതിന്റെ ഒരു കോപ്പീമൊണ്ട്.

മൂത്തമോൻ പറയ്വാ.. എല്ലാരും അപ്പനെ ഓർമ്മിക്കും. അതിന് പത്ത് ജോർജുകുട്ടി ഇറക്കിയാ മതീന്ന്. പണത്തിന് അവൻ പണ്ടേ അപ്പന്റെ പേരാ പറയുന്നേ. അപ്പന്റെ പേരിൽ പതിനായിരം ഡോളറാ അവൻ അവാർഡ് തുകയായി ഇറക്കാൻ പോകുന്നത്.

കത്തിനില്ക്കുന്ന എഴുത്തുകാരന് അവാർഡ് നല്കുക. പിന്നെ മഹാസമ്മേളനം, സിമ്പോസിയം, തീനും കുടിയും. ക്രമേണ നോബേൽ പ്രൈസ് മാതിരി വളർത്തി എടുക്കാനാ ന്യൂജേർസീലിരുന്ന് അവൻ ശ്രമിക്കുന്നത്. അതിന്റെ വെട്ടത്തു വരത്തില്ല മുട്ടത്തുവർക്കി അവാർഡ്.

പൊൻകുന്നം വർക്കി അന്നേ പറഞ്ഞതാ, എടാ ജോർജുകുട്ടി, നീ ഇങ്ങനെതന്നങ്ങ് കത്തിക്കേറിക്കോ. മുട്ടത്തെ വർക്കിക്കില്ലാത്ത ചില പ്രത്യേകതകൾ നിന്റെ കഥയ്ക്കൊണ്ട്. നിന്റെ കിളി പറന്നാ പറന്നതാ. ഹൈറേഞ്ചിന്റെ മഞ്ഞും മലഞ്ചരിവിന്റെ ഭീകരതേം ആ കാറ്റും ഹോ! നിനക്ക് മറ്റവന്മാരെപ്പോലെ എഴുതാൻ പറ്റത്തില്ല. പള്ളീം പട്ടക്കാരും പോരാട്ടോം ജയിലും; നിനക്ക് അത്തരം കഥകളൊന്നും എഴുതാനും പറ്റുകേല. അതിലൊന്നും കേറി കൈവയ്ക്കുകേം വേണ്ട.

ഇന്നാള് “ഗൗരി” വായിച്ചപ്പഴാ ഞാൻ ഓർത്തത് എന്നെപ്പോലെ ചിന്തി

ക്കുന്നവര് ഇപ്പഴും ഉണ്ടെന്ന്. എന്റെ മറിയക്കുട്ടിയല്ലേ അത്. ജോയിക്കുട്ടിയെ പിരിഞ്ഞ് വർഷങ്ങൾ കഴിഞ്ഞ് മലയാറ്റൂർ പെരുന്നാളിന് കണ്ടുമുട്ടുമ്പോൾ തോന്നുന്ന വികാരവായ്പല്ലേ. പക്ഷേ, ഞാൻ പറഞ്ഞാൽ ആര് ചെവിക്കൊള്ളും. കുഴലൂത്തുകാരും പരിവാരങ്ങളും വേണം. മോന്തയ്ക്ക് ചാപ്പ കുത്തിവിട്ട ഞങ്ങളെപ്പോലെ കുറേ എഴുത്തുകാർക്കിതൊന്നും പറഞ്ഞിട്ടില്ല.

ഇപ്പോഴേതിലും വർഗ്ഗീയച്ഛായ ഭൂതക്കണ്ണാടികൊണ്ട് കാണുകയല്ലേ. എന്റെ അബ്ദുൾ സമദും ചന്ദ്രനും ജേക്കബ്ബുമൊക്കെ എത്ര സൗഹാർദ്ദത്തോടെയാണ് "മാലിനിതീര"ത്ത് ഉല്ലസിക്കുന്നത്. മുസ്ലീമെന്നോ ഹിന്ദുവെന്നോ വിചാരമേയില്ല. ഇന്നാണെങ്കിൽ കഥയങ്ങനെയാണോ? ഇഴപിരിച്ച് തുണിയുരിഞ്ഞുള്ള ജാതിനോട്ടമല്ലേ. എന്നിട്ട് ഓരോ പേരുമിട്ടോളും. ദളിതമെന്നോ ഉത്തരാധുനികമെന്നോ പെണ്ണെഴുത്തെന്നോ പു ക സ യെന്നോ... വായിച്ചാൽ മനസ്സിലാവാത്ത ഭാഷേം.... ഇതൊക്കെ കാലസ്വഭാവമാവും....

പണ്ട് കോട്ടയത്ത് ജീവൽ സാഹിത്യമെന്നോ പുരോഗമനസാഹിത്യമെന്നോ പറഞ്ഞ് വർക്കിയുടെ ഒരു കത്തിച്ച പ്രസംഗമുണ്ടായിരുന്നു. അന്ന് മീറ്റിങ് കഴിഞ്ഞാണ് മുണ്ടശ്ശേരി മാസ്റ്ററെ പരിചയപ്പെടുന്നത്. എനിക്ക് മനസ്സുകൊണ്ട് അന്നേ കമ്യൂണിസത്തോടാ താല്പര്യം. എന്തൊക്കെപ്പറഞ്ഞാലും സോഷ്യലിസം നല്ലതുതന്നാ. ഞാനും കൃതികളിലൂടെ അതൊക്കെത്തന്നെയാ പറഞ്ഞൊപ്പിച്ചത്. പക്ഷേ, അതകത്താണെന്നു മാത്രം. എന്തൊക്കെ ഇന്ന് അവകാശവാദങ്ങളുന്നയിച്ചാലും ഞങ്ങളെ ഏഴയലത്ത് അടുപ്പിക്കുകേല. ഇക്കിളി ഇളക്കി യുവാക്കളെ ദുർവ്വഴിക്ക് നടത്തുന്നുപോലും. എന്നാ ദുർനടപ്പ്? ഇപ്പോ ഇല്ലാത്ത നടപ്പുവല്ലതുമുണ്ടോ?

"അപ്പനൊന്നുകൊണ്ടും പേടിക്കണ്ട. ഫിലാഡൽഫിയിൽ ഞാൻ ആളിരുത്തി അപ്പന്റെ "കത്രീന"യും "സഫലജന്മ"വും തർജ്ജമ ചെയ്യിക്കുകയാണ്. ഇംഗ്ലീഷിൽ നല്ല മാർക്കറ്റാ നമ്മുടെ പുസ്തകങ്ങൾക്ക്. ഇടയ്ക്ക് ഏലോം കുരുമുളകും തോപ്രാംകുടീം കൂടാവുമ്പം നമുക്ക് ഡോളറ് കൊയ്യാം." എന്ന് വക്കച്ചൻ. വിശേഷദിനത്തിൽ പങ്കുകൊള്ളാൻ എത്താൻ പറ്റില്ലെന്ന് സന്ദേശം.

ഹാ, സപ്തതിദിവസം. ഞാനെന്തിനാ ഇങ്ങനെയൊക്കെ പിറുപിറുക്കുന്നതെന്ന് നിങ്ങൾ കരുതിയേക്കാം. ഇത്രയുംകാലം ഞാൻ ഇതൊന്നും നിങ്ങളോട് പറഞ്ഞിട്ടില്ലല്ലോ. ഇനി ഇപ്പോഴല്ലാതെ പിന്നെപ്പോഴാ എന്റെ മനസ്സിലുള്ളതെല്ലാം പറയാൻ കഴിയുന്നേ.

ഞാനീ ജൂബ്ബേം മുണ്ടും ഒന്നിട്ടോട്ടെ.... ദേ, പെണ്ണു കാണാനൊന്നുമല്ല. എന്റെ കൂട്ടുകാരൻ പുറത്തുവന്നു നില്പുണ്ട്.

എന്നെ കൂട്ടിക്കൊണ്ടുപോകാൻ. ഞങ്ങൾ തോപ്രാംകുടിക്ക് പോവാ. ഞങ്ങൾ എഴുതിനിറച്ച വിളഭൂമിയിലേക്ക്. റബ്ബറിനും കുരുമുളകിനുമൊപ്പം തഴച്ച ഞങ്ങളുടെ അക്ഷരലോകത്തേക്ക്.

അവർക്കുമുന്നിൽ കാനനം വാതിൽ തുറന്നു.

അകമ്പടിയായി കാറ്റുവന്നു.

കയറ്റിറക്കങ്ങൾ ഭൂതകാലപരമ്പരകളായി കൃതികളിൽ നിന്നിറങ്ങി മുന്നിൽ തെളിഞ്ഞു. പഴയ പച്ചത്തഴപ്പുകൾ ഒന്നടങ്കം സന്തുഷ്ടരായി മുന്നിൽ വിടർന്നു.

- നമ്മളെങ്ങോട്ടാണ് പോകുന്നതെന്നറിയാമോ?

- ഉം.

- ഇത്രയും കാലം ജീവിച്ചു തീർത്തതിന് ആരോടാണ് നന്ദി പറയേണ്ടത്?

- ആവോ!

അവരുടെ പാത പിന്നെ കാട്ടുചെടികൾ വകഞ്ഞുള്ളതായിരുന്നു.

കുറ്റിച്ചെടികളുടെ തലവെട്ടി നീങ്ങവേ ജോർജുകുട്ടി ചോദിച്ചു:

- ഇതെന്താ കൈയിൽ അരിവാളോ?

- അതെ. ഈ കൈയിൽ കണ്ടോ ബൈബിൾ.

ഒരു നിമിഷം ജോർജുകുട്ടി കൂട്ടുകാരന്റെ മുഖത്തുനോക്കി.

അപ്പൻ.

- നമ്മൾ ആദ്യം വന്നപ്പോൾ കൊണ്ടുവന്നതൊക്കെ നമ്മൾ പോകുമ്പോഴും കൊണ്ടുപോകേണ്ടേ?

ക്രമേണ അവരുടെ വഴി വാകച്ചുവട്ടിൽ അവസാനിക്കുകയായിരുന്നു.

അപ്പുറം താഴ്വരയാണ്.

അത് നിറയെ മൂടൽ മഞ്ഞ്.

ഈ ലോകത്തിന്റെ ഒടുവ് ഇവിടമാണ്.

- ഇവിടെ, ഇങ്ങനെ ഒരു മരം.

- അതെ. ഈയൽവാകയാണ്.

- അപ്പൻ ആദ്യം കൊത്തിയ മരം

നമ്മുടെ കഥാപാത്രങ്ങൾ ജീവിതം പകുത്തതും ഒടുക്കിയതും ഇതിനുചുവട്ടിൽ.

- ഇങ്ങനെ ഒരു മരം ഇവിടെയുണ്ടായിരുന്നോ?

- ഇങ്ങനെ ഒരിടംതന്നെ ഇവിടുണ്ടായിരുന്നോ?

അപ്പോൾ ജോർജുകുട്ടിയുടെ നെറുകയിൽ പൂക്കൾ കൊഴിഞ്ഞതും അവിടെ പറ്റിയ ദളങ്ങൾ നുള്ളി അപ്പൻ മന്ദഹസിച്ചതും വാകച്ചുവട്ടിൽ ഇരുന്ന് അപ്പൻ ജോർജുകുട്ടിയെ മടിയിൽ കിടത്തിയും മുന്നിൽ മൂടൽമഞ്ഞിൽ ലോകം മറയുന്നതും...

- നമുക്കൊരു കടലാസു തോണിയിലേറി ഈ മൂടൽ മഞ്ഞിന്റെ മറുകരയെത്താം.

- എന്നിട്ടും മതിയായില്ലേ മകനേ?

ഒരു ചെറുകാറ്റു വന്ന് പെരുകി ആർത്തു.

ആസക്തജീവിതത്തിന്റെ അണയാത്ത ദീപമായി വാകപ്പൂക്കൾ ഉലഞ്ഞാടവേ കാറ്റും കോളുംകൊണ്ട് മഴ ചാറി. പിന്നെ മൂടൽമഞ്ഞിനുമേൽ ജലാരവമുയർന്നു.

ആദ്യം കുഞ്ഞോളങ്ങളുടെ അരുവിയായി തടാകനീലിമയിലൂടെ കാണെക്കാണെ മൂടൽമഞ്ഞലിഞ്ഞ് അലമാലകൾ ഉയർത്തി നിറഞ്ഞ് തൊടാൻ അവർക്കു നേരെ കൈയുയർത്തുന്ന കടലായി മുന്നിൽ ഒരു തോന്നൽ രൂപപ്പെട്ടു.

മാനംമുട്ടെ കടൽ.

കാനനത്തിന്റെ കടലൊലിയിൽ സുഖദമായ കുളിർമ്മ നുകർന്നു കൊണ്ട് അപ്പനും മകനും അന്യോന്യം നോക്കിയിരുന്നു.

അപഹാര ചിഹ്നങ്ങൾ തൂക്കിയ ജാലകങ്ങൾ തുറന്നുകൊണ്ട് ഈയൽവാക മൊഴിഞ്ഞു.

- സമയമായി. ഇനി ഞാനൊരു കഥ പറയട്ടെ. അച്ഛനും മകനും ഒരേ സമയം പ്രണയിച്ചൊരു പ്രണയിനിയുടെ..

അന്നേരം ഇരുവരും മയക്കത്തിലേക്ക് പ്രവേശിക്കുകയായിരുന്നു.

അപ്പോഴാണ് ഒരു കൂറ്റൻ തിരമാല വാകപ്പൂക്കളെ മുകരാൻ ഉയർന്നതും ആ ചങ്ങാതിമാർ അലിവിലൊരു നക്ഷത്രമായി മാനത്തേക്ക് കുടിയേറിയതും.

(2000)

തെങ്കാശിനാഥനൊരു കമ്പ്യൂട്ടർ

ഭൂമിയുടെ പച്ചപ്പുകൾ പിളർന്ന് ഈ പേന ഏതൊക്കെ സമതലങ്ങളിലൂടെയാണാവോ എഴുതിനീങ്ങുന്നത്.

കൂലംകുത്തി ഒഴുകുന്നൊരു കാട്ടാറിന്റെ ചുഴികളിൽ മുങ്ങിത്താണ് പേന നിശ്ചലമാകുകയാണോ?

ഇത് കോവിൽകടവ്.

മഴവില്ലിനൊന്ന് നിവരാനിടയില്ലാതെയമർന്ന് ശോഭിക്കാൻ മറയൂരിനൊരു താക്കീതായി കോവിൽകടവ്.

ഭൂമിയുടെ അക്ഷാംശത്തിൽ ഇങ്ങനെ ഒരു സ്ഥലംമാത്രം...

ഒരു പ്രദേശത്തിന് സ്ഫടികംപോലെ വിധി നിയോഗങ്ങൾ കണ്ടുകൊണ്ടിരിക്കാനാവുമെങ്കിൽ അതിവിടമാണ്.

അദൃശ്യജന്മത്തിന്റെ ശാപങ്ങൾ വീണുകിടപ്പുണ്ടെന്ന് പേന പറയുന്നു.

നിന്റെ ശിരോലിഖിതം, ഈ മുനിയറകളിലൊന്നിലെ അദൃശ്യസാന്നിദ്ധ്യത്തിലെവിടെയോ കുടിയിരിക്കുന്നു.

പക്ഷേ, ഞങ്ങൾ അന്വേഷിച്ചുവന്നവരല്ലല്ലോ.

"ആരു പറഞ്ഞു അല്ലെന്ന്. യഥാസമയം നിങ്ങൾ ഇവിടെ വരുമെന്ന് ഉറപ്പുണ്ടായിരുന്നു."

ആരാണ് അതുപറഞ്ഞത്?

ആരോ പറഞ്ഞു.

വരവറിയിക്കാതെ വന്നിട്ടും അറിഞ്ഞവൻ ആരാണ്?

അദൃശ്യസാന്നിദ്ധ്യത്തിലേക്ക് പോകാൻ ഒരു ചിറകുതരൂ.

'ചിറകെന്തിനാണ്? ഇങ്ങു പോരൂ!'

ഞങ്ങൾ നടക്കുകയായിരുന്നു.

പാമ്പാറിന്റെ തീരങ്ങളിൽ സൂക്ഷിച്ച്, പാറക്കെട്ടുകളിൽ നോക്കെത്താതെ കിടക്കുന്ന മുനിയറകൾക്കിടയിലൂടെ...

മുനിയറകളിലൊന്നിൽ ഭസ്മക്കൂമ്പാരം. ഇളംചൂടുമുണ്ടായിരുന്നു. ആത്മാക്കൾക്ക് ചുറ്റിയടിക്കാൻ വൃത്താകാരത്തിൽ ഒരു തെക്കേപ്പാളി. അതിലൂടെ തല അകത്തു കടത്താം.

അപ്പോൾ പ്രത്യക്ഷയായ പെൺകുട്ടി മാടുകളെ മേയ്ച്ചുകൊണ്ട് മുനിയറകൾക്കിടയിലൂടെ നീന്തിമാറുന്നു.

എന്റെ "ജീവനുള്ള പ്രതിമ"യിലെ സൗമിനിയല്ലേ ഇത് എന്നു തിരക്കുന്നതിനുമുമ്പേ അവളുടെ കൺവെളിച്ചം ചോദിച്ചു.

"അണക്കെട്ടിന്റെ സ്ഥലം പരിശോധിക്കാനെത്തിയ ആപ്പീസർമാരാണ് അല്ലേ?"

ആണെന്നോ അല്ലെന്നോ പറഞ്ഞില്ല.

പിതൃക്കൾ പിടിച്ചെന്നെ അണക്കെട്ടിലിട്ടിരിക്കുകയല്ലേ. അതിൽനിന്ന് നീന്തിക്കേറാനാവാതെ ഉഴറുമ്പോൾ, മുനിയറകൾക്കിടയിൽ ഇവൾ?

പാമ്പാറിന്റെ വന്യതീരത്തെ പാറക്കൂട്ടത്തിൽ പാറിപ്പറക്കുന്ന ഈ ശലഭം..

പരാഗശോഭയിൽ തിളങ്ങിയ എന്റെ കണ്ണുകളിൽ പക്ഷേ, ശലഭം പറന്നെത്തിയില്ല.

കോവിൽക്കടവിന്റെ ഹൃദയത്തിലെ ആഴത്തിലുള്ള വ്രണങ്ങളാണ്, പാമ്പാറിന്റെ വിരലുകൾ തഴുകിമായ്ക്കുന്നത്.

കുത്തൊഴുക്കിലേക്ക് ജീവനൊടുക്കാൻ എത്തുന്ന കാതരന്മാർ മൊഴിയുന്നു.

എനിക്ക് അണയാൻ അഗ്നി വേണ്ട.

എന്റെ ആത്മാവിന് പോയൊളിക്കാൻ ഒരു കൽപ്പൊത്തും വേണ്ട.

ഈ ആറിന്റെ വന്യവൃത്തങ്ങളിൽ കുരുങ്ങി ഞെരുങ്ങി ഒരന്ത്യം.

ചീഞ്ഞാലും വെള്ളത്തിൽ പൊന്താതെ, എന്റെ ശരീരം നിശ്ശബ്ദമായി പുഴയടിവാരത്തിൽ മോചനം നേടാതെ കുരുങ്ങിക്കിടക്കട്ടെ.

നിന്റെ സന്ദേഹം എന്താണ്, പെണ്ണേ? നീ ഈ കാട്ടിലിങ്ങനെ ജന്മം പാഴാക്കുന്നത് എന്തിനാണ് പൊന്നേ?

"ഇപ്പോൾ എനിക്കു മനസ്സിലായി ആരെന്ന്?"

"യാര്?"

"ഞാൻ വിചാരിച്ചത് ചന്ദനക്കടത്തുകാരാരേലുമാവുമെന്നാ. പകൽ വന്ന് മരം കണ്ടുവച്ച് പോകും. രാത്രി വെട്ടിനീക്കാൻ വരും. പകൽമാന്യന് രാത്രി ചന്ദനക്കള്ളനെന്നൊരു പേരുണ്ട്. മറയൂരിൽ."

"അപ്പോൾ അതുശരി. സെക്കന്റ് ഷിഫ്റ്റ്! വലിയ വായിൽ സംസാരിക്കുന്ന കൊച്ചിന്റെ അച്ഛനെവിടെ?"

"അച്ഛന് കുറേനാളായി യാത്രയില്ല. വീട്ടിൽത്തന്നെ ഇരിപ്പാ. നോക്കേണ്ടവർ അവിടേക്കു വരും. പ്രശ്നവുമായി വരുന്നോർക്കൊരു കുറവുമില്ല. കേസും കോടതിക്കാര്യങ്ങളും ചേച്ചി നോക്കും. ഒക്കെ ശത്രുക്കളാ ചുറ്റിനും. ങാ, വന്നപ്പോൾതന്നെ ഏതു പറമ്പിൽക്കൂടിയാ നടന്നുവന്നത്. ആരാ നടന്നുവന്നത് എന്നൊക്കെ നോക്കാൻ ആയിരം കണ്ണുകളാ."

കാട്ടിൽ കണ്ണുകളോ?

ഇതേത് തുടർക്കഥ?

സിനിമ.... സീരിയൽ...?

ഒരു പാട്ടുംകൂടിയായാലോ?

കഥ ചുരുക്കാം.

ഡാം പണിക്ക് സൈറ്റു നോക്കാൻ എത്തിയ എഞ്ചിനീയർ മറ്റൊരു ഡാമിലേക്ക് വീഴുകയായിരുന്നു.

കരിമ്പിൻപൂക്കൾക്കിടയിലൂടെ സൂര്യവെളിച്ചം മാഞ്ഞുപോകുന്നതും പാമ്പാറിന്റെ ചുഴലികളിൽ പത പൊന്തുന്നതും ഞാൻ പകർത്തട്ടെ.

മുനിയറകളിലെ ഏകാന്തത മന്ത്രിക്കുന്നതെന്താണ്?

ഇതെന്റെ നിയോഗം.

മുനിയറകൾക്കിടയിലെ പഴയവീട് എന്നെ വിളിക്കുകയാണ്. സൗമിനിയുടെ കൺവെളിച്ചം എന്നെ നയിക്കുകയാണ്. പിൻവിളി വിളിക്കുന്ന ഓരോ ശബ്ദങ്ങളും പൂർവ്വജന്മത്തിൽനിന്നുള്ള അശരീരികളാണ്.

ഇത്രയും കടുപ്പിക്കണോ എന്ന് പേന പോലും ചോദിച്ചുപോകുന്നു.

അചേതന വസ്തുക്കൾക്ക് കഥയിൽ കാര്യമെന്തെന്ന് തിരക്കുന്നേരമാണ് കരിമ്പിൻ പൂക്കൾ മന്ത്രിച്ചത്?

ശർക്കരപ്പാത്രങ്ങളിൽ നിറഞ്ഞു പതഞ്ഞ് ഞങ്ങൾ അവതാരമെടുക്കുമ്പോൾ മദയാനകൾക്ക് നന്ദിപറയാം. നിലാവിന്റെ ലീലകളിൽ ഞങ്ങൾ മെതിക്കപ്പെട്ടില്ലല്ലോ. മറയൂരിന്റെ ജാലകങ്ങൾ തുറന്നിട്ട് ഞങ്ങൾ വിനോദിക്കുകയായിരുന്നു.

നമ്മൾ നടക്കുന്നത് സൗമിനിയുടെ വീട്ടിലേക്കല്ലേ എന്തിനാണ് നമ്മൾ അവിടേക്ക് പോകുന്നത്?

അറിയില്ല. ഒന്നും അറിയില്ല. നയിക്കപ്പെടുന്നു. സാമ്പ്രാണിയും വെറ്റിലയും വാങ്ങണം. നോക്കാം. മഷിയിൽ തെളിഞ്ഞുകാണാതിരിക്കില്ല.

എന്റെ വിധിനിയോഗങ്ങളിൽ തളിർക്കാനൊരു വൃക്ഷമില്ല. പൂക്കാനൊരു ചെടിയുമില്ല. മുനിയറകൾ മാത്രം.

ഭ്രാന്താലയത്തിനും മുനിയറകൾക്കുമിടയിലെ നോക്കുകുത്തി ചിലപ്പോൾ ചിരിക്കുന്നതും പിന്നെ കരയുന്നതും ചന്ദനമരങ്ങൾ കാണുന്നുണ്ടായിരുന്നു. നോക്കുകുത്തി കരിമ്പിൻകാട്ടിലൂടെ നടന്നുകൊണ്ടു പറയും:

നിന്റെ സ്വപ്നങ്ങൾക്കു ഭ്രാന്തുപിടിച്ചോ? എങ്കിൽ എന്റെ കൂടെപ്പോര്.

മുനിയറകൾക്കു കാവൽ ഈ ചന്ദനമരങ്ങൾ. പാമ്പാറിന്റെ മരണച്ചു

ഴികളിൽ ഒളിച്ചുപാർക്കുന്ന മുനിയറയുടെ അധിപന്മാർ മന്ത്രിക്കുന്നു. വരും. അജ്ഞാതസ്ഥലികളിൽ നിന്നെത്തുന്നവർക്ക് മോക്ഷത്തിന്റെ ഒരു ദർഭ ത്തുണ്ടേകി അവരെയും ഈ പ്രാണശിലയിലേക്ക് ആവാഹിക്കാം.

ഇതാണ് അച്ഛൻ.

മാന്ത്രികൻ വടികുത്തി കസേരയിലിരുന്നു.

നിങ്ങൾക്കിവിടെ വരാതിരിക്കാൻ കഴിയില്ല. മുഖലക്ഷണവും നിമി ത്തങ്ങളും അതാണ് പറയുന്നത്. കടിച്ച പാമ്പിനെ വിളിച്ചുവരുത്തിയാണ് ഞങ്ങൾ വിഷമിറക്കുന്നത്.

എന്റെ വിധിയിൽ പറ്റിപ്പിടിച്ചിരിക്കുന്ന ശാപമുണ്ടല്ലോ. പിതൃക്കൾ ശപിച്ചെറിഞ്ഞൊരില. അത് ഉതിർത്തുകളയാൻ ചിദംബരതീർത്ഥം എന്നെയും കാത്ത്...

മുനിയറകൾ പറയുന്നു.

പരേതാത്മാക്കളുടെ ഭൂമിയിൽ മത്സരമേയുള്ളൂ.... നീ ജീവനും കൊണ്ടോടിക്കോ.

എന്താണറിയേണ്ടത്?

ഒന്നും വേണ്ട. ഇനിയൊരിക്കൽ വരാം.

ഞങ്ങൾ ഇറങ്ങുകയാണ്.

ഇനി എന്ന്?

സാമ്പ്രാണിയും വെറ്റിലയുമായി ഒരു പൗർണ്ണമിക്ക്.

പോകുന്നതിനുമുമ്പ് തെങ്കാശിനാഥനെ തൊഴാൻ മറക്കേണ്ട. ഞാനി ഹമെങ്കിൽ അവൻ പരമാ.

ചതുപ്പിൽനിന്ന് മുള്ളുവേലിയിലേക്ക് പോകുമ്പോൾ നോക്കുകുത്തി ചോദിച്ചു.

നീ ഇനിയും വരുമോ? പെൺകൊടിമാരെ കാണുമോ?

വരും. പിതൃശാപത്തിന്റെ ഉപ്പുപരലുകൾ കുടഞ്ഞുകളയാനായിട്ടെ ങ്കിലും എനിക്കിവിടെ വന്നേ മതിയാകൂ.

കറിയുപ്പോ വെടിയുപ്പോ ഇന്തുപ്പോ?

എല്ലാംകൂടി ഇടിച്ചുപൊടിച്ച് മണൽപാകത്തിൽ വാറ്റ്.

ഇത് നിന്റെയും എന്റെയും സ്നേഹത്തിന്റെ സ്മാരകം.

കാത്തിരിപ്പിന്റെയും ഒത്തുചേരലിന്റെയും വിരാമമില്ലാത്ത ചുഴലിക ളിൽനിന്ന് കരേറാൻ നിനക്കറിയാമോ?

പുനർജ്ജനിക്കാൻ എനിക്കും ഒരു മുനിയറ. ശാപക്കോളിൽ മുങ്ങി ക്കേറാൻ വലയനിർമ്മിതമായ നദി.

ഉദകത്തിന്റെ കലകളെന്നെ പൊളിക്കുന്നുവല്ലോ.

തണുത്തുറഞ്ഞ നദി വെള്ളപ്പാച്ചിലിൽ മൃതശരീരങ്ങൾ കേടു കൂടാതെ...

നാല്പത്തിയൊന്നാം ദിവസം ജഡം വന്നു ചോദിക്കുന്നു.

ഇവിടെ തീർത്ഥങ്കരന്മാരുടെ വരവറിയിച്ചുകൊണ്ട് ഭഗവാൻ എത്തിയിരുന്നോ?

കോവിൽ കടവിന്റെ ധമനികളിൽ മൃത്യു കോമാളിവേഷം കെട്ടുകയാണ്.

"ഇവിടെ വരുമെന്നു വിചാരിച്ചിരുന്നതാണോ?"

"അല്ല."

"പിന്നെ എങ്ങനെ വന്നു?"

"വഴിവിട്ട കഥകളെല്ലാം ചെന്നെത്തുന്നത് കോവിൽകടവിൽ. മോക്ഷത്തിന്റെ കൈവഴികളിലൊന്നിൽ. ഇവിടെ പാപികൾക്ക് എത്താതിരിക്കാനാവില്ല."

പാറപ്പള്ളയിൽ കോറിയിട്ട ബൗദ്ധവചനങ്ങളിൽ നമ്മുടെ പാപപങ്കിലമായൊരു ഭൂതത്തിന് മുക്തി കിട്ടുമോ?

"ബൗദ്ധമാർഗ്ഗത്തിലേക്കാണ് അവർ പോകുന്നത്. ജാതിയും മതവും അവരെ പൊറുതിമുട്ടിക്കുന്നു"

തെങ്കാശിനാഥനെ തൊഴുതു നില്ക്കുമ്പോഴാണ് മകന്റെ ഫീസിനെപ്പറ്റി ചിന്തിച്ചുപോയത്.

അതറിഞ്ഞ ഉടൻ നാഥൻ ചോദിച്ചു.

"നീ എന്റെ മുന്നിൽ ഫീസിനെപ്പറ്റി ചിന്തിച്ചതെന്തുകൊണ്ട്?"

"ഫീസായതുകൊണ്ട്"

ഇന്നലെ അവന്റെ കത്തുണ്ടായിരുന്നു. അതിലവൻ എഴുതി:

- അച്ഛാ, എനിക്കും കമ്പ്യൂട്ടറിനും പനിയാണ്.

ചിലപ്പോൾ അവനെഴുതും.

- എനിക്കും എന്റെ കമ്പ്യൂട്ടറിനും സുഖം തന്നെ.

അവന്റെ ഉറക്കത്തിലും ഉണർച്ചയിലും അവന്റെ കൂടെ അതുമുണ്ട്.

ഒരവയവം.

അല്ല. ആ യന്ത്രത്തിന്റെ ഒരവയവമല്ലേ നീയും നിന്റെ മകനും.

അജഗളസ്തനമെന്ന് സംസ്കൃതം പറഞ്ഞ് ദൈവം തലമറന്ന് എണ്ണ തേച്ചില്ല.

പരം ഇഹത്തിന്റെ രൂപമെടുത്താൽ പിന്നെങ്ങനെ എന്നൊക്കെ ചിന്തിച്ചു നില്ക്കുമ്പോഴാണ് നിലവിളക്കിനരികിൽ ഞാനാ കമ്പ്യൂട്ടർ കണ്ടത്.

- നീ വിചാരിച്ചു നിനക്കും പുത്രനും മാത്രമേ ഇതിൽ കയറിചുറ്റാനാവൂന്ന് അല്ലേ. നോക്ക് ജനീവേന്ന് കൊണ്ടുവന്നതാ ഒരു ഭക്തൻ. നടേൽ കൊണ്ടു വച്ചു. എന്തിനാ അതവിടങ്ങനിരിക്കുന്നത്. എനിക്കു ചലിപ്പിക്കാൻ എന്തിനാ ബാറ്ററി. നേരം പോകുകേം ചെയ്യും. ഇഹത്തിലും പരത്തിലുമുള്ള കണക്കുകൾ ഒത്തുനോക്കി ഒരു ഞെക്കു മതി. കാര്യം എളുപ്പം.

ഞാൻ കഴുത്തിൽ തപ്പിനോക്കി. ഞെക്കു കൊണ്ടിട്ടില്ല.

ആനയെ നടയ്ക്കിരുത്തുന്നവരുടെ വംശപരമ്പരയാണ് കമ്പ്യൂട്ടറും കാഴ്ച വച്ചു തുടങ്ങുന്നത്.

എല്ലാ പരിപാടികളും ചേർത്തടച്ച് ഭദ്രമാക്കിയ കമ്പ്യൂട്ടർ ഒന്ന് ദൈവത്തിനുമിരിക്കട്ടെ എന്ന് ഭക്തർ വിചാരിച്ചാൽ വേണ്ടെന്നു പറയാൻ തെങ്കാശിനാഥൻ മനുഷ്യനല്ലല്ലോ.

തീപിടിച്ച മനസ്സുമായി ആത്മഹത്യക്ക് പാമ്പാറിന്റെ ചുഴികളിൽ എത്തുന്നവർക്ക് അന്ത്യയാത്ര ചോദിക്കാൻ കോവിൽകടവിലൊരു ദൈവമേയുള്ളൂ. അവിടുന്നിപ്പോൾ ഭക്തർക്ക് കമ്പ്യൂട്ടറിലൂടെ ചിദാനന്ദമൊരുക്കുന്നു.

ദൈവത്തിനും ഒന്നു വിശ്രമിക്കണ്ടേ?

പൂജാരി എന്തു ചെയ്യണമെന്നറിയാതെ വിഷമിക്കുന്നതു കാണാമായിരുന്നു. തെങ്കാശിനാഥൻ എന്തൊക്കെ പരിപാടികളാണ് ഇതിനകത്ത് കയറ്റിവച്ചിരിക്കുന്നതെന്ന് അദ്ദേഹത്തിന് അറിയാമായിരുന്നില്ല.

എത്ര കിണഞ്ഞു പരിശ്രമിച്ചിട്ടും തിരുമേനിക്ക് തെങ്കാശിനാഥന്റെ സൈറ്റിലെത്താൻ കഴിയുന്നില്ല.

ഏതിലേക്കൂടി കയറാൻ നോക്കിയാലും അവിടെല്ലാം സൈറ്റ് തെറ്റിച്ചുകൊണ്ട് നീലഗ്രഹണം.

ശരീരംകൊണ്ട് ആത്മാക്കൾ തുള്ളിച്ചാടുന്നതും തെല്ലുനേരത്തേക്കെങ്കിലും ശരീരങ്ങൾ കിട്ടുമോന്ന് അന്വേഷിച്ച് ആത്മാക്കൾ വന്നുകൊണ്ടിരിക്കുന്നതും തെങ്കാശിനാഥന് കമ്പ്യൂട്ടർ കിട്ടിയതിനുശേഷമാണെന്ന് തിരുമേനി പറഞ്ഞു.

നാഥൻ പറഞ്ഞു, ഞങ്ങളുടെ ആത്മബന്ധം സുഹൃത്തുക്കളുടേതാണ്. അല്ലെങ്കിലും ഇവന് വേണ്ടത് എനിക്കറിഞ്ഞുകൂടെ?

ദൈവം ദൈവമായിരുന്നില്ലെങ്കിൽ പിന്നെ ഞാനെന്തിനെയാണ് പൂജിക്കേണ്ടത്. ഞാനെവിടെയാണ് ചെന്നു വണങ്ങേണ്ടത്?

-വലത്തെ കൈയിൽ കമ്പ്യൂട്ടറും പിടിച്ച് ഇടത്തെ കൈ ഭക്തന്റെ തോളത്തുമിട്ട് ഉല്ലസിക്കാനല്ലെങ്കിൽ പിന്നെന്തിന് ഞാൻ ഭൂമിയിൽ വന്ന് കുത്തിയിരിക്കുന്നു.

കോവിൽക്കടവ് പോലൊരു സ്ഥലത്ത് മുങ്ങിക്കുളിച്ച് ഉല്ലാസപൂർവ്വം.

ഉല്ലാസപൂർവ്വം...?

വിരട്ടുകയാണോ?

ദൈവം കൂടുതൽ കളിച്ചാൽ കുടത്തിൽ അടയ്ക്കാൻ ഭക്തർക്ക് അറിയാം.

കുടത്തിലടച്ച് ഭൂതത്തെ തരിക!

കുടമെന്തിന് 'സിപ്' ഫയലിൽ ആക്കിയാൽപ്പോരേ.

അതിനിടയിൽ ദൈവം ഒളിച്ചല്ലോ.

ദൈവത്തിന് വിവരസങ്കേതമറിയാം.

തെങ്കാശിനാഥന്റെ വെബ്സൈറ്റിലേക്കു പോകുമ്പോൾ നീലജാലകമെന്തുകൊണ്ടാണ് തുറക്കുന്നത്?

അന്തമറ്റ ജാലകങ്ങൾ തുറന്ന് യന്ത്രത്തിന്റെ അറകൾ തുരങ്കങ്ങളാകുന്നതെന്തുകൊണ്ട്?

പാമ്പാറിന്റെ ഹൃദയത്തിലേക്ക് ഇനി അതിലൂടെ വഴികൾ തുറന്നിട്ടുണ്ടാവുമോ?

അന്വേഷണത്തിനിടയിൽ പ്രായോജകർക്കായി ഒരിടവേള.

ചെറുമോനും കൂട്ടുകാരിയും മുത്തശ്ശിയും ദൃശ്യത്തിലേക്ക് പ്രവേശിക്കുകയാണ്.

കൊച്ചുമോൻ കൂട്ടുകാരിയോടു പറയുന്നു.

"നീ എന്റെ ഐക്കൺ ആകുന്നു."

"അതെന്നതാ മംഗ്ലീഷ്."

"കരളും ഹൃദയവുമെല്ലാം ചേർന്ന് ആ സ്ഥാനത്ത് പുതുതായൊന്ന് കിളിച്ചുവന്നതാ, അമ്മച്ചീ."

"ഫിലാഡൽഫി പോയിട്ടു വന്നപ്പഴോ."

"അതേയതെ. അമ്മച്ചി കൊള്ളാമല്ലോ."

"അതേടാ... നിന്റെ തന്തേം തള്ളേം എനിക്കു തെരയണമെങ്കിൽ റീസൈക്കിളിൽ പോയന്വേഷിക്കണം. ഞാനും കാണുകേം കേൾക്കുകേം ചെയ്യുന്നുണ്ട്."

പ്രായോജകരുടെ ഇടവേളയിൽനിന്ന് കഥ മുക്തമാകുന്നു.

ഇനി വിനാമ്പു വേണ്ട. നേരിട്ട് കയറാം. ചെവീൽ പിടിച്ച് വലിച്ചിട്ടാൽ പാടിക്കൊള്ളും. എക്സ്പോ വാതിൽ. വേറെയൊരു വാതിലും വേണ്ട. മനുഷ്യനും ദൈവത്തിനുമിടയിലൊരു കമ്പ്യൂട്ടർ നിർവ്വഹിക്കുന്ന കൊടുക്കൽ വാങ്ങലുകൾ യുക്തിസഹമായൊരു ദൈവബോധം ഉണർത്താനും പര്യാപ്തമാണ്.

തെങ്കാശിനാഥൻ ഡോട്ട് കോം തുറക്കുമ്പോൾ പലതുമുണ്ട് കാണാൻ വിചിത്രവും ആകസ്മികവുമായ കാഴ്ചകൾ.

തെങ്കാശിനാഥന്റെ വെബ്സൈറ്റിലേക്ക് പ്രവേശിക്കുമ്പോൾ അപ്സരസ്സുകൾ വന്ന് നൃത്തം ചെയ്യുന്നതെന്തിന്? പിന്നീട് നഗ്നമേനിയിൽ പുളകങ്ങൾ ചാർത്തി ഗോപുരവാതിൽ തുറന്നുതുറന്ന് പോകുന്നതെങ്ങോട്ട്?

എന്തിന്? എന്തിന്? എന്തിന്?

എങ്ങനെ? എങ്ങനെ? എങ്ങനെ?

ശാസ്ത്ര സാഹിത്യ പരിഷത്താണോ തെങ്കാശിനാഥ സന്നിധി?

ഇങ്ങനെ കഥ നീട്ടിക്കൊണ്ടു പോയാൽ സംഗതി വഷളാകും.

സ്ക്രീനിൽ തെങ്കാശിനാഥൻ അടിച്ചുകളിച്ചതല്ലേ എന്റെ ജന്മം.

ഡിലീറ്റ് ചെയ്തിട്ടും ബ്രീഫ്കേസിലും ഫയലിലും ഒളിച്ചു രക്ഷപ്പെടുന്നൊരു 'ഒസാമ'യാകാനും നാഥൻ എനിക്കവസരം തരില്ല.

ഇനി കളിയിൽനിന്ന് കിളികളേ നിങ്ങൾക്ക് പറന്നുപോകാം.

തെങ്കാശിനാഥാ,

ഇനി ഈ കമ്പ്യൂട്ടർകൊണ്ട് നീ എന്റെ തലവര വരയ്ക്കുക. ഇതിനകത്തിരുത്തി ഏതൊക്കെ പരിപാടികളിലൂടെ പതംവരുത്താമോ അതൊക്കെ ചെയ്തു നീ എന്നെ വിമലീകരിക്കുക.

മൗസിലെ വിരലമർത്തലിൽ ജനിക്കുന്ന അപൂർണ്ണ തേങ്ങലായിട്ടെങ്കിലും എന്റെ അർച്ചന സ്വീകരിക്കുക.

ഈ കഥയൊന്ന് കോതിയൊതുക്കി ചീകി മിനുക്കണമെങ്കിൽ എത്ര ഏത്തമിട്ടാലാണ് മതിയാകുക. ദൈവദോഷത്തിന് പരലോകത്തു ചെന്നാലും അവിടെയൊരു സൈബർ ഗഹ്വരത്തിൽ യാഹുവിരിപ്പുണ്ട്. രാഹുവിന്റെ അനിയൻ. പരിഹാരക്രിയയിൽ ഓടിപ്പോയ എന്റെ ജാതകത്തിലെ കുചനും ശനിയും ചേർന്ന് എന്നെ കുരുക്കാൻ അവിടെ ചുറ്റിത്തിരിയുന്നുണ്ട്.

പൂർവ്വജന്മത്തിന്റെ ഗുഹാക്ഷേത്രത്തിൽനിന്ന് പ്രാണസ്പർശമില്ലാത്ത ജലധിയിലെന്നെ സമാധികൊള്ളാൻ തെങ്കാശിനാഥാ അനുവദിക്കുക. അല്ലെങ്കിൽ പ്രാണശിലയിലെ രേതസ്സായെങ്കിലും..

(2002)

തിരുനേത്രപ്പച്ച

ജീവിച്ചിരിക്കുന്നവരും പരലോകം പൂകിയവരും ഇനി ജനിക്കാനിരിക്കുന്നവരും ഇതിൽ കഥാപാത്രങ്ങളാണ്. ജന്തുക്കളും പക്ഷികളും വൃക്ഷലതാദികളും സ്വപ്നത്തിലേറി ഈ കഥയിൽ പ്രത്യക്ഷപ്പെടുമ്പോഴും അല്ലാത്തപ്പോഴും ഒരപേക്ഷ, മാത്രമേ ഈ കഥാകൃത്തിനുള്ളൂ. ഭൂമിയിലെ കോടതികളിൽ മാത്രമേ ആക്ഷേപമുണ്ടെങ്കിൽ വക്കാലത്തു കൊടുക്കാവൂ.

എന്തെന്നാൽ അക്കാൾ ഇപ്പോഴും അടിവാരത്തിലലയുകയാണ്. കാടെല്ലാം നാടാവുകയും ഏലവും കുരുമുളകും നട്ടു പട്ടയവും തേടി മഞ്ഞുകൊണ്ട് മലച്ച ഹൈറേഞ്ചിലേക്ക് വീണ്ടും വന്നുപോവുകയാണ് അക്കാൾ.

കാട്ടുപോത്താകട്ടെ ബൈസൺവാലിയിൽ നിന്നിറങ്ങി. അക്കാളിനെ അന്വേഷിക്കുന്നുമുണ്ട്. ഹൈറേഞ്ചിൽ പലേടത്തും ആ കാട്ടുപോത്തിനെ കണ്ടതായി പലരും പറയുന്നു.

മറയൂർ കാടുകളിലെന്നോ നായാടി നടന്നൊരു ഭൂതകാലത്തിന്റെ ചരിവിൽ നിന്നുകൊണ്ട് ഒരു തളിർ ചെമ്പകം ചോദിക്കുന്നു.

“അക്കാളേ, നീയോർക്കുന്നോ എന്നെ. നിന്റെ തോക്കുചാരി എന്റെ മേൽ വച്ചതും എന്റെ പൂവിറുത്ത് നീ മധുരിക്കുന്ന സ്വപ്നങ്ങൾ കണ്ടതും മഞ്ഞിൻ പാളികളിൽ പുളകമിളക്കി നീ എന്നെ പുണർന്നതും ഇന്നലെയായിരുന്നില്ലേ?”

അക്കാൾ അതൊന്നും കേൾക്കുന്നുണ്ടായിരുന്നില്ല. അവൾ കാടിറങ്ങി നാട്ടിലേക്ക് പോവുകയായിരുന്നല്ലോ. അപ്പോൾ ചന്ദനമരങ്ങളോടും ചോലകളോടും പാറക്കുട്ടന്മാരോടും യാത്ര പറയാതെ ഒറ്റപ്പോക്കായിരുന്നു.

“എനിക്കു സിനിമ പിടിക്കണം. ദേവത പടത്തിന്റെ സംവിധായകനെ കണ്ടുപിടിക്കണം. എന്നിട്ടെനിക്ക് തിരുനേത്രപ്പച്ച..”

അക്കാളുടെ കഥയിൽ ആദ്യം മുതല്ക്കേ ഒരു കാട്ടുപോത്തേയുള്ളൂ. അതിന്റെ പിന്നാലെയും നേർക്കുനേരെയും ഒളിച്ചും പതുങ്ങിയും മണം പിടിച്ചും കാടുകയറിയ ദിവസങ്ങളിലൂടെ അക്കാൾ...

വേട്ടക്കാരായ സഹോദരന്മാരോടൊപ്പം കാടുകയറിയാണ് അക്കാൾ ഹൈറേഞ്ചിലെത്തിയത്. സിനിമാക്കമ്പത്തിൽനിന്ന് അവൾ തീർത്തും മുക്തയായിരുന്നില്ല. വേട്ടയാടി കാശുണ്ടാക്കി മദ്രാസിലേക്ക് വണ്ടികയറണം.

തോക്കു പിടിക്കാനും ഉന്നമെടുക്കാനും പഠിച്ചുപഠിച്ച് അക്കാളും വേട്ടക്കാരിയായി.

ആയിടയ്ക്കാണ് പറങ്കിമാവുകൾ അക്കാളോടു ചോദിച്ചത്:

"എടീ അക്കാളേ, നിന്റെ മാരൻ മാനത്തുദിച്ചിട്ടുണ്ട്. അവനൊരു പോത്തായിട്ടെത്തും."

അക്കാൾ അതൊന്നും കേട്ടതായിപ്പോലും ഭാവിച്ചില്ല. അവൾക്കാദ്യം ആനവേട്ടയോടായിരുന്നു കമ്പം. വലിയ വീട്ടിൽ ഇട്ടമ്പിള്ളിയോടു പറഞ്ഞു നോക്കി.

"ഇട്ടമ്പിള്ളിച്ചേട്ടാ ആനവെടി എനിക്കും ഒന്നും പഠിപ്പിച്ചുതരുമോ?"

"എടീ അക്കാളേ, ഒരു കൊമ്പ് സർക്കാരിനും പിന്നൊന്ന് സ്വന്തവും ആക്കാൻ നീ എന്തിനാ ആനവേട്ട തുടങ്ങുന്നത്. ആളെക്കൊല്ലി ആനേടെ കാല്പാദം നോക്കി നിന്റെ അഴകൊള്ള മേനി, വേട്ടപ്പാസ് നേടാനും കൊടുക്കണ്ട. നീ പോത്തുവെടിക്കു പോ. എറച്ചീം കിട്ടും വീറായിട്ട് നില്ക്കുകേം ചെയ്യാം."

അഞ്ചാറു സഹോദരന്മാരോടൊപ്പം അങ്ങനെ അക്കാളും പോയി, പോത്തു വെടിക്ക്.

പോത്തുവെടിക്കു പോകുമ്പോൾ പിൻതിരിഞ്ഞുനോക്കരുത്. കണ്ടു കഴിഞ്ഞാൽ ഉന്നം പിടിച്ച് ഒറ്റവെടി. നെറ്റിയടി അല്ലെങ്കിൽ കാതടി.

പിന്നെ, ചോരയുടെ അടയാളം നോക്കി മണം പിടിച്ച് പിന്നാലെ പോകണം. ഒടുവിലവനെ കണ്ടെത്തിയാൽ ദൂരെ മാറിനിന്ന് കല്ലെറിയണം.

ഒന്ന്.... രണ്ട്... മൂന്ന്... നാല്...

പിന്നെ അരികിലേക്കു ചെല്ലാം.

കാതറക്കാം.

അതുകഴിഞ്ഞ് കാപ്പി കുടിക്കാം.

പിന്നെ തോലുരിഞ്ഞ് തുണ്ടം തുണ്ടമാക്കി ഉപ്പിട്ട് മൂന്നുനാൾ പാറപ്പുറത്ത് ഉണക്കിക്കെട്ടി കാടിറങ്ങാം.

അങ്ങനെ ജീവിതം കഴിക്കവേ അക്കാളുടെ കഥയ്ക്ക് തിരിവുണ്ടായി. സഹോദരന്മാരുടെ കൂട്ടത്തിൽ മറയൂരിൽ ചന്ദനം വെട്ടാൻ പാണ്ടിയിൽ നിന്നെത്തിയ തിമ്മൻ. മന്ത്രവാദവും ചാത്തൻ സേവയുമായി നടക്കുന്ന തിമ്മനെ അക്കാളിനിഷ്ടമായില്ല.

തടിച്ച ചുണ്ടുകൾ കാട്ടിയുള്ള അയാളുടെ ഇളി. ചപ്രത്തലമുടിക്കിടയിൽ അദൃശ്യമായ കൊമ്പുകൾ. ചുമലിലെ തടിച്ച പേശികൾ. കരുത്തിന്റെ

കൈകൾ. തീപാറുന്ന കണ്ണുകൾ.

"നിങ്ങളൊരു പോത്തായി ജനിക്കേണ്ടതായിരുന്നു."

അക്കാൾ പറയും:

"ഞാൻ സിനിമ പിടിക്കുമ്പോ നിങ്ങളാ അതിലെ പ്രധാന കഥാപാത്രം."

"സമ്മതിച്ചു. ഞാൻ പോത്തു തന്നെ. നിന്റെ വെടിക്കു കാത്തു നില്ക്കുന്ന മൃഗം."

അന്നു രാത്രി തിമ്മൻ അക്കാളെ കയറിപ്പിടിച്ചു. പിറ്റേന്നാൾ സഹോദരന്മാർ തിമ്മനെ അവൾക്കുമേൽ കെട്ടിവച്ചു.

"നിനക്ക് വെടിവയ്ക്കാൻ, ഞാൻ കുറച്ചുകൂടി അടുത്തായി ഇപ്പോ." എന്നും പറഞ്ഞ് തിമ്മൻ കെട്ടി ഒരു വരിച്ചിൽ. അവൾക്ക് വാരിയെല്ല് പൊടിയുന്നതായി തോന്നി. തിമ്മന്റെ ആഹ്ലാദം അങ്ങനെയായിരുന്നു. ഒടുവിലൊരിക്കൽ ഇരുകൈകളിലും കോരി മലമുകളിൽനിന്ന് നീർച്ചാലിലേക്കൊരേറ്.

അവളുടെ എല്ലൊടിഞ്ഞു.

"നിങ്ങൾക്ക് ബോധോം പൊക്കണോം ഇല്ലാണ്ട് ഓരോന്ന്..."

നീർച്ചാലിൽനിന്ന് കരേറി മുൾമരങ്ങൾക്കിടയിലൂടെ ഇഴഞ്ഞ് പാറയ്ക്കരികിലെത്തി. ഈ പോത്തിനെ ഇങ്ങനെ വിട്ടാൽ പറ്റില്ല.

ഉച്ചത്തിൽ ചിരിക്കുന്ന തിമ്മനിൽനിന്ന് കുതറിമാറുന്നതിന് അവസരം പാർത്തായിരുന്നു, ഓരോ പോത്തുവേട്ടയും.

അവൾ നിനച്ചു:

- പണ്ടത്തിനോ കൈച്ചെപ്പയ്ക്കോ അടിക്കണം. പണ്ടത്തിനടിച്ചാൽ കിട്ടുകേല. പോയി പനീം പിടിച്ചങ്ങനെ കിടക്കും. ആ വഴിക്കെങ്ങാൻ തെന്നീം തെറിച്ചും ആരെങ്കിലും വന്നാൽ എടുത്തിട്ടു കുത്തും. വാട പിടിച്ചോണ്ടിരിക്കും. അത്രയ്ക്കു ശ്രദ്ധയാ. നെറ്റിയടിക്കോ കാതടിക്കോ ആയിരിക്കും വീഴുക. ഉന്നം തെറ്റിയാൽ...

ആലോചിച്ചുനില്ക്കാൻ നേരമില്ല. വേട്ടക്കാരന്റെ നിശ്ചയം ഒരു വെടിയൊച്ചയുടെ നിശ്ശബ്ദതയാണ്. ഒച്ചയിൽപ്പോലും അയാൾ ശബ്ദം കേൾക്കുന്നില്ല.

ഒന്ന്... രണ്ട്... മൂന്ന്... നാല്...

മരത്തിൽ മറഞ്ഞുനിന്നൊരടി.

ഒറ്റച്ചാട്ടമായിരുന്നു പോത്ത്.

മരവും കുത്തിയിളക്കി ഒരു പാച്ചിലായിരുന്നു.

വെടികൊണ്ടത് ഇടത്തെ കണ്ണിൽ.

ഇളകി തൂങ്ങിയ ഇടത്തെ കണ്ണ്.

അക്കാളിന്റെ ദിവസങ്ങളിലൂടെ ആ കണ്ണ് പിൻതുടരുകയായിരുന്നു. തീവണ്ടിയിലൊരുറക്കത്തിന്റെ മുറിവിൽ വച്ച് അവൾ കണ്ടു. മുറിഞ്ഞുതൂങ്ങിയ കണ്ണുകളുമായി ആ കാട്ടുപോത്ത്.

"നീ എവിടേക്ക്. എവിടേക്കാണ് പോകുന്നത്. ഞാനും വരും.."

തിമ്മന്റെ ചിരിയിൽനിന്ന് മറ്റൊരുറക്കത്തിലേക്ക് അവൾ ചാഞ്ഞു.

ദേവതപടത്തിന്റെ സംവിധായകൻ അക്കാളെ കാത്തിരിപ്പുണ്ട്. തിരുനേത്രപ്പച്ച പടം പിടിക്കാൻ.

അക്കാളേ, നീയിപ്പോൾ ഏതേതെല്ലാം ലോകത്തിലൂടെയാണ് സഞ്ചരിക്കുന്നത്. കാടിന്റെ മണം നിനക്കനുഭവിക്കാമോ?

നാസികകൾ വിയർപ്പിച്ച് ഭാരമാർന്ന ശരീരം കുലുക്കി മലയിറക്കങ്ങളിലിടതൂർന്ന മുയൽച്ചെവിയന്മാർക്കിടയിലൊരു വന്യപുഷ്പം പോലെ ആ കാട്ടുപോത്തും വരുന്നുണ്ട്. കനൽകോരിയ കണ്ണുകളിലൊന്ന് താഴേക്ക് തൂങ്ങിത്തിളങ്ങുന്നുണ്ട്. ചിലപ്പോൾ തല ഉയർത്തി ഒടിഞ്ഞ കൊമ്പിൻകുറ്റി ഇടത്തേ മസ്തകത്തിലും സ്ഥാനഭ്രംശം വന്ന കണ്ണ് വലത്തെ നെറ്റിയിലും... ഓരോ ഇലപ്പടർപ്പുകളിലും അവർ മനുഷ്യഗന്ധം ശ്വസിക്കുന്നുണ്ട്. ഓരോ പൊന്തക്കാട്ടിലും ഒളിഞ്ഞിരിക്കുന്നവരെ തേടുന്നുണ്ട്.

മറയൂരിലെ ചന്ദനമരങ്ങൾ അക്കാളിന്റെ കഥ ഓർക്കുന്നു.

ഒരിക്കലൊരിക്കൽ ഞങ്ങളെ മുട്ടിയുരുമ്മി താരുണ്യത്തിന്റെ ഒരിലയനക്കം രാവും പകലും ഇവിടെ ഉല്ലസിച്ചിരുന്നു; അക്കാൾ.

അക്കാളെവിടെ?

തിരുനേത്രപ്പച്ചയിൽ അഭ്രപാളികളുടെ നഗരത്തിലൂടെ അക്കാൾ നീന്തുകയാണ്. വെള്ളിത്തിരയിലൊരുപാട് ഉടയാടകൾ ഉരിഞ്ഞുടുത്ത് വിഭ്രമകാന്തിയിലൂയലാടുന്നവൾ അക്കാൾ.

തിരുനേത്രപ്പച്ചയിലെ സർക്കസ് കൂടാരത്തിൽ അരണ്ട വെളിച്ചത്തിലാണ് അക്കാൾ ആ തിളക്കം കണ്ടത്.

സ്ഥാനഭ്രംശം വന്ന കത്തുന്ന കണ്ണുകൾ.

കുപ്പിപ്പുറത്ത് പ്രകടനങ്ങൾ നടത്തുകയായിരുന്നു അവൻ. ഒറ്റക്കൊമ്പ് ഒടിഞ്ഞ് വലത്തെ കണ്ണ് തൂങ്ങിയ...

കൗതുകത്തോടെ കാണികൾ കൈയടിച്ചുയർത്തി, സൂചിത്തുമ്പിലെത്തിച്ച നിമിഷങ്ങൾ.

പ്രകാശത്തിന്റെ വേലിയേറ്റത്തിലിടയ്ക്കെങ്ങോ അവന്റെ കണ്ണുകൾ നീണ്ടു.

ഗ്യാലറിയിൽ ഇരുന്ന് അക്കാൾ മുഖം പൊത്തി. കണ്ണുകൾക്കു മേൽ മറ്റൊരു കണ്ണ്. എന്തിന് ആധിപത്യം പുലർത്തണം?

ഇനി നോക്കാൻ വയ്യ.

പ്രകാശത്തിന്റെ തിരയിറക്കത്തിൽ എപ്പോഴോ അക്കാൾ ഗ്യാലറിയിൽ നിന്നിറങ്ങി ഭൂമിയുടെ അറ്റത്തേക്ക് ഓടാൻ ചാടന്വേഷിക്കുകയായിരുന്നു.

ആ കണ്ണുകളിൽനിന്ന് രക്ഷപ്പെടണം. മറയൂരിലെ ചന്ദനമരങ്ങൾ പറഞ്ഞുകൊണ്ടിരുന്നു.

ഉന്നം പിഴയ്ക്കുന്ന ഓരോ വെടിയുണ്ടകളും പകയുടെ കണ്ണുകളുമായി നിങ്ങളുടെ ആയുസ്സിനെ ചൂഴ്ന്നുനില്ക്കും. അതിനാൽ ഇരയുടെ മേൽ യജമാനന്റെ ആസക്തി ഉന്നത്തിൽ ഒടുക്കിക്കൊള്ളുക. പക്ഷേ,

ആരാണ് ഇര? ആരാണ് ഉന്നം പിടിക്കുന്നത്?

ഓടിയോടി അവസാനിക്കാത്തൊരോട്ടത്തിൽ ഏർപ്പെട്ടിരിക്കുകയാണ്. അക്കാളും കാട്ടുപോത്തും. എവിടെ ചെന്നാലും മുന്നിൽ കാട്ടുപോത്ത്.

അങ്ങനെയെങ്കിൽ കഥയിൽ മറ്റുള്ളവരും ഇടപെട്ടേ പറ്റൂ.

വനപാലകൻ പറയുന്നു: "ഞാൻ കണ്ട സ്വപ്നക്കാഴ്ചകളിലൂടെയാണ് ഈ സ്ത്രീയും കാട്ടുപോത്തും സഞ്ചരിക്കുന്നത്."

ഹൈറേഞ്ചിലെ വനിത പറയുന്നു:

"ഒരു കാട്ടുപോത്തിന് മനുഷ്യനോളം ക്രൂരത കാണിക്കാൻ കഴിയുമോ?"

വിദൂഷകൻ പറയുന്നു:

"കാട്ടുപോത്ത് ഇവളുടെ ഭർത്താവായ തിമ്മൻ. ഇവൻ നമ്മുടെ സർക്കസിലായിരുന്നു."

ഇളകിത്തൂങ്ങിയ കണ്ണുകളിൽനിന്ന് അപ്പോഴും തീപാറി. ഞാനീ ഭൂമിയിലേക്ക് നിന്ന് വീണുപോകുകയാണ് എന്ന് മനസ്സിൽ നണ്ണി അക്കാളും കുഴഞ്ഞുവീഴുന്നു.

ബോധം വീഴുമ്പോൾ തിമ്മൻ എറിഞ്ഞ ആ കൊക്കയിൽ നിന്നാണ് വീണ്ടും എണീറ്റത്. മുൾമരങ്ങൾക്കിടയിലൂടെ ഇഴഞ്ഞ് പാറക്കുട്ടന്റെ അരികിലെത്തുന്നു.

നോക്കുമ്പോൾ ചന്ദനമില്ല. തിരുനേത്രപ്പച്ചമാത്രം. കഞ്ചാവു പൂക്കുന്ന കാടുകൾ. ചടയനും ചില്ലിയും മണം പരത്തുന്ന കീഴ്ക്കാംതൂക്കായ താഴ്‌വര.

അക്കാൾക്ക് പഴയകാലമൊന്നും ഓർമ്മ നില്ക്കുന്നില്ല.

എവിടെയായിരുന്നു ആ കാടുകൾ?

പോത്തുവേട്ടയ്ക്കൊരുമ്പെട്ട നാളുകൾ?

തിരുനേത്രപ്പച്ചയിൽ മുഖമമർത്തി അക്കാൾ പ്രതീക്ഷിക്കുന്നു;

ഇളകിത്തൂങ്ങിയ കണ്ണുമായി എത്തുന്ന തിമ്മനെ.

(2002)

ഒരു തവളക്കരച്ചിലിന് നാല് കാലുകൾ വേണം

മുഖ്യൻ പരമഹിംസർ വാളേന്തി സഹമന്ത്രിമാർക്കൊപ്പം കളിമേശയ്ക്കരികിലേക്ക് എഴുന്നള്ളുകയായി.

വെള്ളട്രൗസറും ബനിയനും കാൻവാസുമണിഞ്ഞ മന്ത്രിസഭാംഗങ്ങൾ മേശപ്പുറത്തെ തവളയെ നോക്കി.

"ഇന്ന് നമ്മുടെ ടേബിൾ ടെന്നീസ് പുതിയൊരു കളിപാഠത്തിലൂടെയാണ്" മുഖ്യൻ പറഞ്ഞു.

"പുതിയൊരു പരീക്ഷണം."

"പുതിയ പരീക്ഷണങ്ങളാണ് നമുക്ക് വേണ്ടത്." വനം അത് പറഞ്ഞപ്പോൾ സാംസ്കാരികം തിരുത്തി.

"ഗവേഷണം."

"നമുക്ക് സത്യങ്ങൾ ശസ്ത്രക്രിയയിലൂടെ പുറത്തുകൊണ്ടുവരാം." ആരോഗ്യം പറഞ്ഞു.

അപ്പോൾ, പുറത്ത് നഗരം ഇരമ്പുകയായിരുന്നു. പന്തലായനി ഉയരുകയായിരുന്നു. വാദ്യഘോഷങ്ങൾ മുഴങ്ങുകയായിരുന്നു. വർണ്ണപ്പൂത്തിരിയായി സമരമേളങ്ങളും ലാത്തിയും ക്യാമറയും മൊബൈലും കരിങ്കല്ലും..

ട്രാഫിക് വിളക്കുകൾക്കരികിൽ റോഡ് മുറിച്ചു കടക്കാൻ പടകളും തിരമുറിയാതെ മോട്ടോറുകളും.

ഉപരോധിതർക്ക് അരിയിടാൻ വാർപ്പുകലങ്ങളും, തൊണ്ട്, കൊതുമ്പ് വിറകിനങ്ങൾ വേറെയും, ഫുട്പാത്തിൽ.

വേലുത്തമ്പിക്ക് തുമ്മാൻ പാകത്തിൽ ഹജൂർകച്ചേരിയിലേക്ക് പുക ഉയരുകയായി.

മറയൂരിലെ ചന്ദനം പറഞ്ഞു: നിങ്ങളെല്ലാം അവിടെയെത്തിയല്ലോ. എല്ലാ കുനുട്ടുകളും ഒലിച്ചിറങ്ങുന്നതവിടന്നാ. ചത്താപ്പോലും അവിടം

വിടണ്ട. ശ്രീപത്മനാഭന്റെ തെരുവോരത്തു കിടന്നാൽ നിർവ്വാണം എളുപ്പമാ. മേക്കിട്ടു ചവിട്ടിയാലും കുനിഞ്ഞേ നില്ക്കാവൂ. തന്തയ്ക്കുവിളിച്ചാൽ ചിരിച്ചുവണങ്ങിക്കൊണ്ട് തള്ളയുടെ പേരുകൂടി പറഞ്ഞു കൊടുത്തേക്കണം. കുനിഞ്ഞുനിന്നാലും അടിച്ചോണ്ടു പോകാൻ പലതുമുണ്ടെന്നറിയുക, നിങ്ങൾ പോയതിനുശേഷം പാമ്പാറിന്റെ കുത്തൊഴുക്കിൽ മുനിയറകളിൽനിന്ന് ദീർഘനിശ്വാസങ്ങൾ കേൾക്കാമായിരുന്നു. അവരെയും ഇവിടന്ന് ഇറക്കിവിട്ടിട്ടുണ്ട്. നിങ്ങളവിടെ കുത്തിയിരിക്കുമ്പോൾ മുനിയറയിലെന്തിനാ ആത്മാക്കൾ അടിഞ്ഞു കൂടിക്കിടക്കുന്നത്. അവിടെവന്നാ, ഹജൂർകച്ചേരിയിലെ ഏമാന്മാരുടെ ദുർമേദസ്സിൽ ബാധകൂടിക്കോളും.

ദൺഡു കൊമ്പിൽനിന്ന് സന്ദേശം വന്നുകൊണ്ടിരുന്നു.

ഇവിടെ ഞാനുണ്ട്. വാർഡൻ. നിങ്ങളുടെ കുഞ്ഞുങ്ങളെ അക്ഷരത്തിന്റെ ലോകത്തേക്ക് കൈപിടിക്കുമ്പോൾ ഇടറാതെ നോക്കുന്നവൻ. മുങ്ങിക്കേറി വരുന്ന കുട്ടികളെ നോക്കി നാട്ടുകാർ പറയുന്നതുകേട്ടു. ഇവറ്റകൾക്കിനി ഭൂമി കിട്ടാത്തതിന്റെ കുറവേയുള്ളൂ.... കിട്ടിയതൊക്കെ കളഞ്ഞുകുളിച്ച് അന്തിമോന്തി ആപ്പീസറന്മാരെ തെറിപറയാനല്ലേ ഇനീം പോയിരിക്കുന്നത്.

കളിമേശയ്ക്കു ചുറ്റുംകൂടി തവളയുടെ സ്പന്ദങ്ങൾ സാകൂതം നോക്കവേ മുഖ്യൻ പറഞ്ഞു. "ഒരുതവളയ്ക്കുചാടാൻ ഒരു കളിമേശ എത്രയോ വിശാലമാണ്."

"ചാടടാ കൊച്ചുരാമാ." എന്നു മുഖ്യൻ കല്പിക്കുമ്പോൾ, "ചാടിക്കളിയെടാ കൊച്ചുരാമാ" എന്നു മാറ്റൊലിച്ച് മന്ത്രിസഭാംഗങ്ങൾ ചാട്ടം കാണാൻ കാത്തു.

ഉടലൊന്ന് വിറപ്പിച്ച് കളിമേശയിൽ ചാടിക്കൊണ്ടിരുന്ന തവളയെ നോക്കി മുഖ്യൻ മൊഴിഞ്ഞു.

"ഞാൻ ചാടാൻ പറഞ്ഞാൽ ഇവൻ ചാടും... അത്രയ്ക്ക് പാവമാണ്."

തവളയുടെ കണ്ണുകൾ തിളങ്ങുന്നതും മേശയ്ക്ക് ചുറ്റുമുള്ളവരെ നോക്കുന്നതും കണ്ടിട്ടാവണം ധനകാര്യം ചോദിച്ചു.

"നമ്മളിങ്ങനെ കൂടി എന്തുചെയ്യാനുള്ള പുറപ്പാടാണ്?"

"ഇവൻ ചാടുക മാത്രമാണല്ലോ ചെയ്യുന്നത്." മുഖ്യൻ പറഞ്ഞു.

"കാലുകൾ ചാടാൻ മാത്രമുള്ളതാണോ? ഒരവയവത്തിന് ഒന്നിൽ കൂടുതൽ പ്രവർത്തനങ്ങൾ എങ്ങനെ സാദ്ധ്യമാക്കാം എന്നതാണ് നമ്മുടെ വിഷയം."

അടുത്ത പരീക്ഷണത്തിലേക്ക് കടക്കുന്നതിനുമുമ്പ് ഒരിടവേള.

ചന്ദനമരം പറഞ്ഞു:

കാലടി കോമപ്പനും അപ്പാച്ചിപ്പിള്ളയും ഗ്രീൻമേരിയും കെ പി ബാലനും സജീവനും കുട്ടിയലിയും ഗബ്രിയലും പി ടി മാസ്റ്ററും നിങ്ങൾക്ക് വലയം തീർക്കാൻ എത്തിക്കാണുമല്ലോ. അക്ഷരോം കടലാസും വരകളും സ്വരങ്ങളും പന്തലായനിയിൽ തൂകിത്തുളുമ്പിത്തുടങ്ങുന്നുണ്ടാവും. പതയൊന്നുമെടുത്ത് മോന്തിക്കളയരുതേ... ഇവിടത്തെ പുകില് കണ്ടോ?

ഇന്നലെ നേരമൊന്ന് മയങ്ങിയപ്പോ, കരിമ്പിൻ തോട്ടത്തിൽ നിന്നിറങ്ങിയ ആന ഓടിയത് ട്രൈബലാപ്പീസിലേക്ക്, അപ്പോൾ ആപ്പീസർ ഫയലിലെ പിന്നൂരുകയായിരുന്നു. ആപ്പീസർമാർക്ക് പിന്നൂരാനേ നേരമുള്ളൂ. പിൻമുനകൊണ്ട് ഹൃദയം കുത്തിനോവിച്ച പെണ്ണിന്റെ മൂക്കുത്തിവെട്ടം കണ്ട് ഒറ്റയാൻ മടങ്ങി. പോകുന്ന പോക്കിൽ ഞങ്ങളോട് അവൻ പറഞ്ഞതാ ഇക്കഥ. മുരിങ്ങപ്പൂവും കൊണ്ടുവന്ന് പെണ്ണാള്. പട്ടയക്കോപ്പി, ഒപ്പിട്ട തഹസീൽദാരുടെ രോമം എടുത്തുകളഞ്ഞവൾ പറഞ്ഞത്രെ. ആപ്പീസർക്ക് എപ്പോഴാണ് രോമാഞ്ചമുണ്ടായത്? മുള്ളൻപന്നിക്ക് കൊഴിച്ചുകളയാൻ മുള്ളും ആപ്പീസർക്ക് രോമവും. കാട്ടിലും നാട്ടിലും എന്തെങ്കിലും എപ്പോഴും കൊഴിഞ്ഞുകൊണ്ടേയിരിക്കുന്നു... ഇത്രയൊക്കെ പറയാൻ നമ്മുടെ പെണ്ണുങ്ങൾ പഠിച്ചേന്നെ. അതു നിസ്സാരമോ? പിന്നെ മക്കളെ ചുട്ടുതിന്നുന്നതിന്റെ പ്രതികാരത്തിൽ കടമ്മനിട്ടയുടെ കുറത്തി ഇവിടന്ന് തിരിച്ചിട്ടുണ്ട്. വള്ളിക്കാവുവഴിയായിരിക്കും വരുന്നത്. ഇടയ്ക്ക് കാവാലത്തുവെച്ചൊരു ചാറ്റുണ്ട്.

പന്തലായിനിയിൽ വിശേഷങ്ങളേയുള്ളൂ. ഗ്രീൻമേരിയും സംഘവും എത്തിക്കഴിഞ്ഞിരുന്നു. അവരുടെ കവിതയിൽനിന്ന് കാടിറക്കി സ്റ്റാറ്റ്യൂവിൽ വെക്കവേ, മുള്ളൻ പന്നികൾ കമ്പി ആപ്പീസിലേക്കും മ്ലാവും കാട്ടുകോഴിയും സൂപ്പർമാർക്കറ്റിലേക്കും വാനരന്മാർ ജനറൽ ആശുപത്രി മുക്കിലേക്കും ഒന്നു രണ്ട് കാട്ടുപോത്തുകൾ കന്റോൺമെന്റിലേക്കും പാഞ്ഞു പോയി.

പന്തലായിനിക്കു മുന്നിൽ ഗർഭണി ബക്കറ്റുമായി വഴിപോക്കരോടിരന്നു കൊണ്ടിരുന്നു.

തിരക്കിട്ടു പോകുന്നവർ മാർഗ്ഗത്തിലൊരു പഴംകുറ്റി കണ്ടിട്ടെന്നവണ്ണം മാറി നടക്കുന്നു.

ചില്ലറകൊണ്ട് ബക്കറ്റ് കുലുക്കാനറിയാതെ പിരിവിനിറങ്ങുന്നവരെ നോക്കി സുകേശൻ എന്ന പോക്കറ്റടിക്കാരൻ പന്തലായിനിയിൽ ചുറ്റിത്തിരിഞ്ഞു.

ഒരു കൺക്ഷണത്തിനും ഒപ്പമെത്തുന്ന ഓട്ടോയ്ക്കുമായി കാത്തു നില്ക്കുന്ന മീര എന്ന ലൈംഗികത്തൊഴിലാളിയുടെ അലസ നിമിഷങ്ങളും പന്തലായിനിയിലേക്കു നീണ്ടു.

കളിമേശയ്ക്കുമേൽ ആ തവള നാലുകാലിൽ കണ്ണുയർത്തി നോക്കി.

“ഇപ്പോൾ നമ്മൾ പറഞ്ഞുവന്നത് കാലുകൾ ചാടാൻ മാത്രമുള്ളതാണോ എന്ന്”

മുഖ്യൻ പറഞ്ഞു. “ഉഭയജീവികൾ ചാടിച്ചാടി വെള്ളത്തിലും കരയിലും.....”

വലിച്ചുനീട്ടാതെ കാര്യത്തിലേക്കു കടക്കാം. കാലുകൾക്ക് കരച്ചിലുമായുള്ള ബന്ധമാണ് ഇവിടെ വിഷയം. എന്നാൽ നോക്കിയാട്ടെ... എന്നും പറഞ്ഞ് മുഖ്യൻ തവളയുടെ ഒരു കാൽവെട്ടി “ചാടെടാ കൊച്ചുരാമാ..”

പിൻകാൽ അറ്റുപോയപാടെ ആ ജന്തു നിലവിളിക്കാൻ തുടങ്ങി.

"ചാടാൻ പറയുമ്പോൾ ഇവൻ കരയുന്നോ?" ആഭ്യന്തരം ചോദിച്ചു.

"കരയുന്നത് ചാടാനാ." ധനകാര്യം പറഞ്ഞു.

"ഒരു തയ്യാറെടുപ്പ്" ആരോഗ്യം.

"ഒരു ഹോൺ" ഗതാഗതം.

"ചാടടാ കൊച്ചുരാമാ..." എന്ന് മുഖ്യൻ കല്പിച്ചപ്പോൾ മൂന്നുകാലിൽ ചാടി തവള കളിമേശയ്ക്കപ്പുറത്തേക്ക് വീണു.

രക്തം വാർന്ന് വിറയാർന്ന് വീർപ്പടക്കി അവൻ കണ്ണുകൾകൊണ്ട് ചുറ്റും നോക്കി.

"എന്റെ വരുതിക്കൊത്തവൻ ചാടുന്നതുകണ്ടോ?" മുഖ്യൻ പ്രസ്താവിച്ചതും മന്ത്രിസഭാംഗങ്ങൾ ചാടുന്ന തവളയ്ക്ക് കാലെന്തിനാണ് എന്ന പരീക്ഷണത്തിന് സാക്ഷികളാകാൻ നില്ക്കുകയായിരുന്നു.

പന്തലായിനിയിൽ സ്ഥാനം പോയ സംസ്കാര പലചരക്ക് മൊത്ത ചില്ലറക്കാരുടെ കലപിലകളായിരുന്നു. പാട്ടുപാടുകയും അട്ടഹസിക്കുകയും ആക്രോശിക്കുകയും ചെയ്യുന്നതിനിടയിൽ ഇടയ്ക്കിടെ തീപ്പൊരികൾ ഹജൂർകച്ചേരിയുടെ പുൽത്തകിടിയിലേക്കും റോസാപ്പൂക്കളിലേക്കും വീഴുന്നുണ്ടായിരുന്നെന്ന് പച്ചപ്പുനനച്ചിരുന്ന തോട്ടക്കാരൻ ഫ്രാൻസിസ് പറയുന്നു.

ചുവന്ന മഴച്ചാറ്റൽപോലെ സാന്ദ്രമാകുന്ന തീക്കട്ടകൾകൊണ്ട് മുഖരിതമായിരുന്നു പന്തലായിനി.

താടിയിൽ ആന്തി വിപ്ലവകാരി കുട്ടിഅലി വിദൂര മിഴിനട്ടു. എഴുപതുകളിലെ തിരുനെല്ലി ലൈൻ സ്വീകരിച്ചാലോ എന്നൊരു മിന്നായം. നോക്കിയപ്പോൾ പടിക്കലിന്റെ പ്രാണൻ പരുന്തായി പന്തലായിനിയിൽ ചുറ്റുന്നുണ്ട്. ഇൻഫോസിസിന്റെ വാർഷിക വിറ്റുവരവ് താഴ്ന്നിട്ടില്ല. ജീവിതമിനിയും ബാക്കിനില്ക്കുന്ന ഗൗളിവാൽ ശങ്കരപ്പിള്ള. സച്ചിദാനന്ദ പരബ്രഹ്മം നാരായണനമഃ യോഗക്ഷേമ സഭ. കോട്ടയം പോഷിണിവഴി സകലമാന സാഹിത്യവും ഒരു തൃശൂർ ചുറ്റ്...

ലളിതഗാന പവലിയനിൽനിന്ന് ചാരായത്തൊഴിലാളികൾ ഇടയ്ക്കിടെ കഥകളി പവലിയനിലേക്ക് എത്തിനോക്കുന്ന കാഴ്ച യുവജനോത്സവ വേദിയിലെ സമരപ്പന്തലുകളെ കലാപരമാക്കി.

ഊശാന്താടി ഗബ്രിയേൽ നിർവ്വാണത്തിൽനിന്നടർന്ന് തള്ളയും ചുണ്ടുമായ വിരലുകൾ ചതുരത്തിൽവെച്ച് പറയുന്നു.

"ആംഗിളിതു തന്നെ, ഒന്ന് സൂം ചെയ്തേക്ക്!"

കരിമ്പൻ സ്രാവിനോട് പറഞ്ഞു. "വെട്ടം കാണട്ട് ഒന്നു ചിരി."

ശശീന്ദ്രന്റെ ചിത്രത്തിലിപ്പോൾ തവളക്കൂട്ടങ്ങളാണ്. കരയിൽനിന്നും കുളത്തിൽനിന്നും അവ സഭ ചേരാൻ ഒത്തുകൂടുകയായിരുന്നു. ചില തവളകൾക്ക് ചിറകുമുണ്ടായിരുന്നു. മാലാഖയുടേതെന്ന് തോന്നിക്കുന്ന ആടകളും.

ചന്ദനമരം പറഞ്ഞു. സുഖസന്തുഷ്ടിയുടെ മായക്കാഴ്ചയിൽ തിമിർക്കുന്നവരെ നമുക്ക് ഉണർത്താതിരിക്കാം. നിങ്ങളവിടെ മുഖ്യവീഥിയിൽ

കബനി ചാലുകളായി ഒഴുകും മുമ്പേ മരിക്കാനും പുലരാനുമായി ചെന്ന വരല്ലോ. അവർക്കൊന്നിനുമായില്ലെങ്കിൽ വെടിവെച്ചുകൊല്ലട്ടെ. എന്നിട്ട് മൂട്. നാല്പത്തിഒന്നാം നാൾ കിളച്ച് കപ്പത്തണ്ട് കുത്തി വെള്ളം കോര്. ആറാം മാസം പിഴുത് അരഞ്ഞാണ ഫ്രീ ചന്തയിൽ ലേബലൊട്ടിച്ച് വിക്ക്, നഗരം ആദിവാസിച്ചീനി തിന്ന് ചിന്തിക്കട്ടെ. ഞാനെന്റെ കുതിരകളെ തിരിച്ചുവിളിക്കാൻ പോവാ. അനാഥമാക്കപ്പെട്ട കുതിരകൾ ഇങ്ങനെ നഗരകാന്താരത്തിൽ അലഞ്ഞുനടന്നാലെങ്ങനെയാ? ചന്ദ്രരശ്മികളേറ്റ് പൊട്ടുന്നു. കുതിരകൾ പുലർച്ചെ കതിരവന് അകമ്പടി പോകേണ്ടവരല്ലേ?

ദണ്ഡുകൊമ്പിൽനിന്നുള്ള സന്ദേശത്തിൽ പറയുന്നു. ഇവിടെ ഈ സ്ഥാപനമില്ലായിരുന്നെങ്കിൽ ചിന്നാറിലെ വന്യമൃഗങ്ങൾക്ക് ജിലേബിയോ ലഡുവോ അല്ലെങ്കിൽ എള്ളുണ്ടയെങ്കിലുമോ ആകുമായിരുന്നു, നിങ്ങളുടെ കുഞ്ഞുങ്ങൾ. ഇവർക്ക് പട്ടിണിയില്ലല്ലോ? മാംസാഹാരവും പലവിധ കേക്കുകളും കഴിച്ച് ഇവർ നിങ്ങളെ മറക്കാൻ തുടങ്ങുകയാണ്.

കളിമേശയ്ക്ക് ചുറ്റുമുള്ള മന്ത്രിസഭാംഗങ്ങൾ തവളച്ചാട്ടം കാണുകയായിരുന്നു.

"ഇനി കരയാൻ ഇവന് എത്ര കാലുകൾ വേണമെന്ന് നോക്കാം."

മുഖ്യൻ ജന്തുവിന്റെ ഒരു കാൽകൂടി വെട്ടിമാറ്റി.

"ചാടടാ കൊച്ചുരാമാ.."

"ചാടിക്കളിയടാ കൊച്ചുരാമാ." എന്ന് മാറ്റൊലിച്ച് കൂട്ടാളികളും.

കാൽ അറ്റപാടെ അവനൊന്ന് വിറച്ചുകൊണ്ട് കരഞ്ഞു.

ശരീരം വലിച്ചിഴച്ച് പ്രാണവേദനകൊണ്ടവൻ ചാടി.

"കണ്ടോ, ചാട്ടവും കരച്ചിലും തമ്മിൽ ബന്ധമുണ്ട്. അതിന് നിമിത്തമാകുന്നതോ, ഈ കാലുകളും" മുഖ്യൻ പറഞ്ഞു.

"അതിനാൽ ഒരു തവളയ്ക്കു കരയാൻ കാലുകൾ ആവശ്യമായി വരുന്നു."

മുഖ്യൻ വാളുയർത്തി അടുത്ത പരീക്ഷണത്തിന് തുടങ്ങവേ അവരുടെ കളിയരങ്ങിന്റെ മൂക്കിൻതുമ്പത്ത് പടയണിയുടെ മധുമാസം വരവറിയിച്ചുകൊണ്ടുള്ള പ്രതിഷേധക്കോളുരുണ്ടുകൂടി.

പന്തലായിനിയിൽ അപ്പോൾ മതേതര ദളിത് സ്ത്രീപക്ഷ പ്രകൃതി പുരോഗമന യുദ്ധവിരുദ്ധ ആധുനികോത്തരൻ സംസാരിക്കുകയായിരുന്നു.

ഒപ്പാൻ ഒപ്പുമായി തപാലിലും കൊറിയറിലും നേരിലും മഷിനിറച്ച പേനകൾ പലതുമായി സാംസ്കാരിക നേർച്ചക്കോഴികൾ കൂകാൻ തയ്യാറായി നിന്നു. ഫിലിംഫെസ്റ്റിവൽ കൗണ്ടർ കണക്കെ സജീവമായ പന്തലായിനിയിൽ മാനവീയമയിലുകൾ പീലിക്കണ്ണാൽ വിലസി.

ചന്ദനമരം പറഞ്ഞു:

അടിമാലിയിൽനിന്ന് ആദിവാസികളുടെ ആഖ്യാതാവ് വിളിച്ചിരുന്നു. എന്റേം കഞ്ചാവിന്റേം മണമുള്ള കറൻസികളാ ഇപ്പോൾ ലക്കുകെട്ട ചിരികൾക്കിടയിലൂടെ വെളുത്തു പോകുന്നത്. നിങ്ങൾക്ക് മനസ്സിലായില്ലേ... രണ്ടാം ഗിയറിലൊന്നു വെച്ചുപിടിച്ചാൽ ജീവിതമെന്ത് സുഖം. പരമന്റെ

സുഖത്തിൽ നിന്നാണ് നിങ്ങളുടെയെല്ലാം സൗഖ്യം തുടങ്ങുന്നത്. പരമൻ നിങ്ങൾക്കിടയിലൊണ്ടോ? അതോ, മാനന്തവാടിയിൽ നിന്നിറങ്ങിയില്ലേ? ഇവിടെ നിന്ന് ഇന്നലെ ചന്ദനമൂർത്തികൾ അവിടേക്ക് തിരിച്ചിട്ടുണ്ട്. ഗണപതിയും പാർവ്വതിയും പരമശിവനും പഞ്ചപാണ്ഡവന്മാരും കൗരവപ്പടയും. അവറ്റകളുടെയെല്ലാം ദളിത് പകർപ്പുകൾ.. ദണ്ഡുകൊമ്പിൽ നിന്ന് അറിയിക്കുന്നു.

അവസാന മണിയടിച്ച് കോവിലടയ്ക്കുമ്പോൾ അക്ഷരവിചാരം മറന്ന് അത്താഴത്തിനിരിക്കുകയാണ് നിങ്ങളുടെ പൈതങ്ങൾ, ഇവിടെ. ദശാബ്ദങ്ങൾക്കുശേഷം നടക്കുന്ന മഹായുദ്ധത്തിന്റെ സീനറികൾ കാണാൻ അവരിവിടെ തടിച്ചുകൂടിയിട്ടുണ്ട്.

ഈ വാർഡനോ വിരഹാർത്തൻ. കുടുംബമെങ്ങോ പ്രതിഷ്ഠിച്ചവൻ. ആന്റിന അഫ്ഗാനിസ്ഥാനിലേക്ക് തിരിച്ചുവെച്ച് ഫോൺചെയ്യാൻ ഇറങ്ങി നടക്കുകയാണിപ്പോൾ.

കളിമേശയ്ക്കുചുറ്റും ചിരിപരത്തിക്കൊണ്ട് മന്ത്രിസഭാംഗങ്ങൾ മൊഴിഞ്ഞു.

“നമ്മുടെ മുഖ്യൻ പഠിപ്പിക്കുന്ന കളി കൊള്ളാമല്ലോ?”

രണ്ടുകാലും നഷ്ടപ്പെട്ട ആ തവള ശ്വാസോച്ഛ്വാസം ചെയ്തുകൊണ്ട് കണ്ണുകൾ എല്ലാവർക്കുനേരെയും ചലിപ്പിച്ച് ദീനമായി നോക്കുകയായിരുന്നു.

“അവൻ ചിരിക്കുന്നതു കണ്ടോ?”

വ്യവസായം പറഞ്ഞു

ങാ, ഇനി അടുത്ത പരീക്ഷണം എന്താണെന്ന് വനം ചോദിച്ചു.

മുഖ്യൻ ആ ജന്തുവിന്റെ മുൻകാൽകൂടി മുറിച്ചു

കാലുകൾ കരച്ചിലിന് ഹേതുവാകുന്നു.

ആ ജന്തുവിന്റെ കരച്ചിൽ മാത്രം.

“കരഞ്ഞുകഴിഞ്ഞാൽ പിന്നെ ചാടേണ്ടതല്ലേ?” എന്നുമൊഴിഞ്ഞുകൊണ്ട് മുഖ്യൻ പല്ലവി ആവർത്തിച്ചു.

“ചാടടാ കൊച്ചുരാമാ.”

ചാടുന്നില്ലല്ലോ.

“കാലുകൾ കരയാൻ മാത്രമുള്ളതോ?”

ധനകാര്യം മേശപ്പുറത്ത് ഒരിടി. ആ ജന്തു ഒറ്റ ചാട്ടം വെച്ചുകൊടുത്തു. മുഖ്യന്റെ കൈയിൽനിന്ന് കാര്യങ്ങൾ പൊയ്ക്കഴിഞ്ഞു.

“വാളുംകൊണ്ടു നിന്നാൽമാത്രം മതിയോ? ഞാൻ തവളയെ ചാടിച്ചതു കണ്ടില്ലേ?”

വീണ്ടും മേശമേലടിച്ച് വനം തവളയെ ചാടിച്ചു.

അതുകണ്ട് മറ്റുള്ളവരും കളിമേശയുടെ ഓരോ ഭാഗത്തും ഇടിച്ചുകൊണ്ട് ആ ജന്തുവിനെ മേശയുടെ ഓരോ കോണിലേക്കും ചാടിച്ചുകൊണ്ടിരുന്നു.

പന്തലായിനിയിലേക്ക് ദൈവത്തിന്റെ ഭാര്യവീടുകാണാനെത്തിയ

സായ്പന്മാർ ക്യാമറക്കണ്ണുകൾ പായിച്ചു.

ഇത് വംശനാശം വരുന്ന വർഗ്ഗം....

ഇത് ശുദ്ധകലശം.

ഇത്..

ഓരോ കുടിലും പ്രദർശന പവലിയനുകളായി വാരാഘോഷത്തിൽ പൊങ്ങിക്കിടക്കുകയാണോ?

കാട് സായ്പിന്റെ കൺവെട്ടത്ത്.......

മല മല്ലനരികിലേക്ക്.......

കഞ്ഞികുടിക്കുന്നവർ ടാറിലേക്ക് ഉറ്റുനോക്കി ചുമയ്ക്കുമ്പോൾ കെ പി ബാലൻ പറയുന്നു. ഇതൊരു തിരശ്ശീലയും അതിലെ നിഴലുമാണ്. ഇതൊപ്പിയെടുക്കാൻ എന്റെ ക്യാമറയ്ക്ക് വയ്യ. എന്തിനാണ് ക്യാമറ! അകക്കണ്ണിൽ ഉറപ്പിച്ച് പ്രജ്ഞയിലേക്ക് പായിക്കാനുള്ള ദൃശ്യങ്ങൾക്ക് ഉപകരണങ്ങളെന്തിന്? നേരിന്റെ നിറം തിരയാൻ അദ്ദേഹം ഡെന്നീസ് റൂക്കിന്റെ സിനിമയെപ്പറ്റി സംസാരിച്ചുകൊണ്ടിരിക്കുമ്പോൾ പരിവാരസമേതനായ കാടന്മാർ പങ്കജിൽനിന്നിറങ്ങി മസ്ക്കറ്റിലേക്ക് പോവുകയും രണ്ടും മൂന്നും നാലും വട്ട ചർച്ചകളിൽ മാറിമാറി നക്ഷത്രക്കോഴി ചവച്ചുവിഴുങ്ങിയും ഉപശാലകളിലറിയാതെ ആനയിക്കപ്പെട്ടും ബഹുവിധ തിമിരജാലങ്ങളിൽ മുങ്ങിപ്പൊങ്ങി ദിനങ്ങൾ കഴിക്കുകയായിരുന്നു.

പന്തലായിനിയിൽ സജീവൻ പ്രത്യക്ഷശാസ്ത്രക്രമത്തിന്റെ രസതന്ത്രം പഠിപ്പിക്കാനും വന്നു. കൊല്ലക്കുടിയിൽ സൂചി വില്ക്കുന്നവർ വേറെയും.

പന്തലായിനി ഇരമ്പുകയായിരുന്നു. വന്നുകയറിയ ദിവ്യന്മാർ ഓരോരുത്തരും പലവിധ തിരക്കുകളിൽപെട്ട് സഹകരണം അർപ്പിച്ച് കുതിച്ചുകൊണ്ടിരുന്നു.

കാല്പനികരും അകാല്പനികരുമായി പ്രബന്ധമെഴുതി വേർതിരിച്ചവരും പ്രത്യേകം പ്രത്യേകം ഒപ്പിച്ച് ഒന്നായി ദളിത്പക്ഷ രചയിതാവ് പി ടി മാസ്റ്ററും ഉടനെ ഒരു കാടിനെ പന്തലായിനിയിൽ ഇറക്കി വെച്ചു.

അതിൽനിന്നൊരു നരി ചെങ്കൽചൂളയിലേക്ക് നടകൊണ്ടു. ജംബൂകങ്ങൾ പുത്തൻ ചന്തയിലേക്കും.

ചന്ദനമരം പറഞ്ഞു:

വരുന്നവരെല്ലാം ഓരോ കാടിനെ ഹജൂർകച്ചേരിക്കു മുന്നിലിറക്കാനാണ് ഭാവമെങ്കിൽ ഓരോ വകുപ്പിലേക്കും ഇനി കാട്ടുമൃഗങ്ങൾ ചേക്കേറുമെന്നും ഫയലുകളിൽ മുയൽച്ചെവിയന്മാർ തഴയ്ക്കുമെന്നും നിങ്ങൾ കണക്കുകൂട്ടാത്തതെന്തേ? ഒരു ജീപ്പ് ഇന്നലെ ഹിൽപ്പുലയ കോളനിയിൽനിന്ന് പുറപ്പെട്ടിട്ടുണ്ട്. താമസിയാതെ അവരും അങ്ങ് എത്തും. വേട്ടക്കാരുടെ ഓരോ മൃഗയാ വിനോദങ്ങളേ... ഇന്നലെയുമുണ്ടായി. ജീപ്പിൽ റോന്തുചുറ്റുന്ന വനപാലകന്മാരുടെ കണ്ണുവെട്ടിച്ച് എത്തിയ ചാന്നാൻ എന്റെ മുന്നിൽനിന്ന് കിതയ്ക്കുകയാ... ട്രൈബലാപ്പീസർ അവനെ കീശയിലാക്കി. പിന്നെ മുറിബീഡി കൊളുത്തി ചാന്നാൻ മണം പിടിച്ചു. മുരി

ങ്ങപ്പൂവിന്റെ മണം. ഇതെന്റടിയാത്തീടയല്ലേ എന്നും പറഞ്ഞ് അവനും ആളെക്കൂട്ടി. ചൂടും വെട്ടവുമായി രാത്രി അവരും ഈവഴി നീങ്ങിടുന്നു.

ദണ്ഡുകൊമ്പിൽനിന്നുള്ള വാർത്തകളിൽ അരിയും മാംസാഹാരവും പച്ചക്കറിയും സുലഭം. പാഠാവലിയും ഗ്രാന്റും വിനോദവും പീപ്പിയും കുശാൽ. ചോർത്തിയെടുക്കാനൊരു പത്തായം കണ്ട ഉന്മേഷത്തിൽ ലേഖക രമണൻ സന്തുഷ്ടനാവുകയും തന്റെ 'തുരപ്പൻ' പത്രത്തിലൊരു ട്രൈബൽ ഹോസ്റ്റൽ കഥ തുടർന്നെഴുതുകയും ചെയ്യുന്നു. ഇലയും പൂക്കളും കായ്കളും വെവ്വേറെ കറിവെച്ചും വെക്കാതെയും ചങ്കും കരളും ദശയും കാലും കൂറിട്ടു നിരത്തി തത്സമയ പ്രസരണം മുതലാക്കിക്കൊണ്ടിരുന്നു.

"ഈ അവസരത്തിനായി ഞാനെത്ര കാത്തുവെന്നോ!"

ലേഖക രമണൻ സ്വയം പറഞ്ഞു. "പ്രാണൻ ത്യജിച്ച ആദിച്ചന്റെ ദുരാത്മാവിന്റെ രോദനങ്ങളെപ്പറ്റി ഞാനെഴുതിയതെല്ലാം പതിരായി. അന്നൊന്നും കിട്ടാത്തത് ഇപ്പോൾ ദണ്ഡുകൊമ്പിലെ കുട്ടികളെപ്പറ്റി എഴുതിയപ്പോൾ കിട്ടിയല്ലോ.."

ലേഖക രമണൻ യാത്രയായിക്കഴിഞ്ഞപ്പോൾ ചന്ദനക്കടത്തിലെ പ്രതി കൊടുത്ത കഞ്ചാവ് ബീഡിയിൽ തിരുകി കോളനിയിൽനിന്നൊരു രക്ഷിതാവ് ദണ്ഡുകൊമ്പിലെ പൈതലിന് വലിക്കാൻ കൊടുക്കുന്നു.

നഗരഹൃദയത്തിനിപ്പോൾ കാടിവെള്ളത്തിന്റെ മണമാണ്.

"എവിടേക്കാണ് സഖാവേ?"

"ചവറു സംസ്കരണശാലയിലേക്ക്"

നഗരസഭ തൂത്തുവാരിക്കൊണ്ട് തട്ടിയതിൽ ഒരു എൽ സി മെമ്പറും അകപ്പെട്ടിരിക്കുന്നു.

ലായനി തളിച്ചാൽ പത്തിലൊന്നായി അമങ്ങുന്ന ചവറുകൂനയ്ക്കിടയിലെ അടിസ്ഥാന ശാന്തതയിൽ സഖാവ് ശകലിതമാവുകയാണോ?

വളമാകുന്നതിനുമുമ്പ് എൽ സി മെമ്പറെ രക്ഷിക്കുന്ന തത്രപ്പാടിലായിരുന്നു സഖാക്കൾ.

അകത്തപ്പോഴും കളി തുടരുകയായിരുന്നു. അവസാന ഘട്ടത്തിലേക്ക്.

കളിമേശമേൽ നോക്കി അക്ഷമരായി നില്ക്കുന്ന മന്ത്രിസഭാംഗങ്ങൾക്കിടയിൽനിന്ന് മുഖ്യൻ പരമഹിംസർ ആ ജന്തുവിന്റെ നാലാംകാലും അറുത്തു മാറ്റി.

"ചാടടാ കൊച്ചുരാമാ.."

"ചാടിക്കളിയടാ കൊച്ചുരാമാ..."

എത്രയാവർത്തിച്ചിട്ടും തവള കരയാത്തതെന്തേ?

തവളയ്ക്കു കരച്ചിലില്ല.

അനങ്ങുന്നുമില്ല.

"നാലു കാലുമില്ലെങ്കിൽ തവളയ്ക്ക് കരയാൻ പറ്റുകയില്ല." മുഖ്യൻ പറഞ്ഞു.

ചോദ്യം ഉയർന്നു. "അപ്പോൾ കാലുള്ളതുകൊണ്ടാണോ തവള കരയുന്നത്?"

"എന്താ സംശയം?"

മുഖ്യൻ പറഞ്ഞു.

"കാലില്ലാത്തവന് കരച്ചിലുമില്ല!"

അതെ, ഒരു തവളക്കരച്ചിലിന് നാലുകാലുവേണം. ഇത് ജനങ്ങളെയും പഠിപ്പിക്കാം. അനന്തരം ഗ്രീൻമേരി കവിതയിലേക്കും കെ പി ബാലൻ അഭ്രപാളിയിലേക്കും സജീവൻ സർക്കാർ ഫയലിലേക്കും കുട്ടി അലി യു ജി സി യിലേക്കും ശശീന്ദ്രൻ ഗോവയിലേക്കും പി ടി മാസ്റ്റർ ധനപ്രളയത്തിലേക്കും ഗബ്രിയേൽ കോടമ്പക്കത്തേക്കും മുങ്ങാം കുഴിയിട്ടു പോകവെ, ആ തവളയെ മന്ത്രിസഭാംഗങ്ങൾ ഒറ്റയടിക്ക് സ്പ്രിങ് ബോർഡിൽ നിന്നെന്ന പോലെ തെറിപ്പിച്ച് മുകളിലേക്ക്... മുകളിലേക്ക്...

ഇനി ജഡം പെറുക്കാം...

പന്തൽ പൊളിക്കാം...

കുടമുടയ്ക്കാം...

നഗരസഭയുടെ മാലിന്യക്കൂമ്പാരത്തിൽ എവിടെയോ അതുമുണ്ട്. ചത്ത തവളയുടെ സാന്നിദ്ധ്യവും ഇനി നമുക്കനുഭവിക്കാം.

(2001)

അടിമാലിയിൽനിന്ന് മൂന്നാറിലേക്കുള്ള ദൂരം

അടിമാലിയിൽ നിന്ന് മൂന്നാറിലേക്കുള്ള ദൂരം അളക്കാൻ ശ്രമിച്ചിട്ടുള്ളവർക്കറിയാം ഹൃദയവും ബുദ്ധിയും പോലെയാണ് അതെന്ന്.

ഇടയിലൊരായുസ്സിന്റെ വലിപ്പവും.

ആണും പെണ്ണും പോലെ രണ്ടു പ്രദേശങ്ങൾ...

ഹൃദയരേഖയിൽ ഇപ്പോൾ നീയല്ലാതെ ആരാണ് ഒച്ചയില്ലാതെ കരയുന്നത്?

ആയുർരേഖയിൽ കാറോടിച്ച് രസിക്കാൻ മാത്രം പ്രണയനിലാവിൽ കുളിച്ചു നില്ക്കുന്നതും നീയല്ലേ?

ഇടയ്ക്കെങ്ങോ ഒരു വെള്ളച്ചാട്ടം കണ്ടല്ലോ.

- ഹൈറേഞ്ചിന്റെ നെറുകയിലൂടെ മഞ്ഞുകാലത്ത് ചില പക്ഷികൾ പറക്കാറുള്ളത് ഞാൻ ശ്രദ്ധിച്ചിട്ടുണ്ട്. എവിടേക്കാണവ പോകുന്നത്?

- നിന്റെ തലച്ചോറിലേക്ക്

നിലാവുനിറച്ച നിന്റെ മനസ്സിലേക്ക്.

അടിമാലിയിൽ നിന്ന് മൂന്നാറിലേക്കുള്ള ദൂരം കടലും കൊടുമുടികളും നിറഞ്ഞതാണ്.

മാട്ടുപ്പെട്ടിയിലൊരു സൂര്യനും, ദേവികുളത്തൊരു ചന്ദ്രനും മറയൂരിലൊരുപാട് താരാഗണങ്ങളുമായി മൂന്നാറിൽ തുടങ്ങുന്ന ലോകം അടിമാലിയിലവസാനിക്കുന്നു.

അടിമാലിയിൽ നിന്ന് മൂന്നാറിലേക്കുള്ള വഴിയിൽവച്ചാണ് കടുവയെ കാണുന്നത്.

ഏലക്കാടുകളിൽ തെന്നി ഇറങ്ങി പൊങ്ങി വരുന്നൊരു കടുവ ചോദിക്കുന്നു.

- കുളിരണിയുമ്പോൾ എന്റെ മേനിയിൽ നിന്ന് പുള്ളികൾ അപ്രത്യ

ക്ഷമാകുമോ?

ഞാനും ഒരു കടുവയാകുന്നു.

എന്റെ ഹൃദയത്തിലെ പുള്ളി പക്ഷേ, കുളിരണിയുമ്പോൾ വശ്യവചസ്സായി മൂന്നാറിൽ തൂകുന്നു.

അടിമാലിയിൽ നിന്ന് മൂന്നാറിലേക്കുള്ള ദൂരം തൂകിത്തുളുമ്പുന്ന മനസ്സുകൾക്ക് വീണ്ടും നിറയാനൊരു ചഷകം.

- നീ ഏത് കിളിയെയാണ് വളർത്തുന്നത്?

- ഹൈറേഞ്ച് പൈങ്കിളി!

- ഞാൻ നിന്നിൽ നിന്നടർന്നാൽ പിന്നെ?

- നീ മാത്രം

- പിന്നെ നീയോ?

- ഞാൻ നീയാണല്ലോ.

അടിമാലിയിൽ നിന്ന് മൂന്നാറിലേക്കുള്ള ദുരിത വനങ്ങളിൽ ഞാനും നീയും ഒരു സമചിഹ്നത്തിലെ സമാന്തരങ്ങൾ.

തമ്മിൽ മിണ്ടുന്ന ചുണ്ടുകൾ ചിരിക്കാനുള്ളതല്ല. പിന്നെയോ, വാക്കുകൾ മുദ്ര വച്ച് കൈമാറാൻ.

- എന്താണ് എന്നോട് മിണ്ടാനുള്ളത്?

- മിണ്ടുമ്പോൾ പൊഴിയുന്ന മുത്താരു പെറുക്കും?

എല്ലാ മുത്തുകളും പൊഴിയുമ്പോൾ മാത്രം എനിക്കു കേൾക്കാനുള്ളതു പറയുക.

അടിമാലിയിൽ നിന്ന് മൂന്നാറിലേക്കുള്ള ദൂരം വിവരസങ്കേതങ്ങളിൽ അണഞ്ഞുപെറ്റ മുയൽക്കുട്ടികൾക്കുള്ളതാണ്.

അതാ ഒരു കറുത്ത മുയൽ.

ചാടിച്ചാടി കൺവെളിച്ചത്തിൽ നിന്ന് യന്ത്രധമനികളിലേക്ക്.

കമ്പ്യൂട്ടർ സ്ക്രീനിനു മുന്നിൽ ഞാൻ മുയലിനെ തേടി ജാലകങ്ങൾ തുറക്കുന്നു.

സൈബർ ഗഹ്വരങ്ങളിലേക്ക് ഒരു നായ്ക്കുട്ടി മുയലിനെ ഓടിച്ചുകൊണ്ടു പോകുന്നു.

ഇനി കാട് വളരട്ടെ.

അതിനുള്ളിൽ നായ്ക്കുട്ടിയെയും മുയലിനെയും പൂട്ടി താക്കോൽ എവിടെ എറിയാൻ?

കണ്ണീരൊപ്പാനായില്ലെങ്കിലും ഈ ക്രൂരത എന്തിന്?

മുയൽ, നായ്ക്കുട്ടിയോടൊപ്പം സ്ക്രീനിൽ നിന്ന് ചാടിവരുന്നല്ലോ.

അടിമാലിയിൽ നിന്ന് കയറിവരുന്നവർ മൂന്നാറിന്റെ ശിഖരതലത്തിൽ മതിമറക്കുന്നവരാകുകയാണോ?

തെറ്റിപ്പോയല്ലോ, എനിക്കൊരു ലക്ഷ്യമേയുള്ളൂ. നിന്റെ ഹൃദയരേഖയിൽ കിളുർത്ത ഇളം നാമ്പുകൾ കടിച്ച് അതിലൂടെ ചാടിച്ചാടി...

മൂന്നാറിൽ നിന്ന് അടിമാലിയിലേക്കുള്ള ദൂരം തേയില തൂകിപ്പോയോരടുപ്പിന്റെ കിടപ്പാണ്.

- ഗൃഹനാഥ! ആ കിടപ്പുകാണുന്നുണ്ടോ?

- മറ്റൊന്നിനും ഇനി കൊള്ളില്ലല്ലോ.

- വെടിപ്പായി ഒന്നും ചെയ്യാനറിയില്ലല്ലോ. ഒരു ചായയിടാൻ പോലും.

- മനസ്സിലൊന്ന് വച്ച് മറ്റൊന്നു പ്രവർത്തിക്കുന്നവരുടെ കൈവിറയ്ക്കും. ചായ തൂകും.

- മൂന്നാറിൽ നിന്നടിമാലിയിലേക്കാണോ?

- അതേ, അതെങ്ങനെ മനസ്സിലായി.

- ചായ തൂകിയില്ലേ

- ആരോടും പറയാതെ നീ പോവുകയാണോ?

- ആരോടും പറഞ്ഞിട്ടല്ലല്ലോ ഞാൻ വന്നത്.

അടിമാലിയിൽ നിന്ന് മൂന്നാറിലേക്കുള്ള ദൂരം ഏലക്കാമാലയേന്തി ഖാദി ചുറ്റി കാത്തിരിക്കുന്ന കാറ്റിനുള്ളതാണ്.

- ഹൃദയത്തിൽ രാകാനായി ഒരു കത്തി നീ എന്തിനാണ് സൂക്ഷിക്കുന്നത്?

- കത്തിയോ?

-ഈ ഏലക്കാമാലയാർക്കാണ് നീ സൂക്ഷിച്ചുവച്ചിരിക്കുന്നത്.

വിജയിയെക്കാത്ത് സുഗന്ധം പരത്തുന്നൊരു മാല. അതെനിക്കില്ലെന്നു മനസ്സിലാകുമ്പോൾ ഖാദി മാത്രം മതി എനിക്ക്.

നമ്മുടെ പ്രണയ പരാഗങ്ങളിൽ ഏലക്കാ മണക്കുമോ? രാഗസർപ്പങ്ങൾ നിന്റെ കുരുമുളകു വള്ളികളിൽ പടർന്നു കയറുമോ?

ഒരു ജന്മത്തിന്റെ പവിഴമുത്തുകൾ സ്ഫടികഗോളങ്ങളായി തെറ്റിദ്ധരിക്കുമോ?

മൂന്നാറിൽ നിന്ന് അടിമാലിയിലേക്കുള്ള ദൂരം ലില്ലിപ്പൂക്കളുടെ കവിളിൽ ചോരത്തുള്ളികൾ കൊണ്ട് സ്പർശിക്കാനുള്ളതാണ്.

മലയിറങ്ങുന്നവരുടെ ധാർഷ്ട്യത്തിൽ ചെമ്പരത്തിപ്പൂക്കൾ വിരിയുന്നു. പൂവിന്റെ കണ്ണുകളിൽ അവർക്ക് നോക്കാനാവില്ല. ദലമാർദ്ദവത്തിലൊരു നഖമുനയാഴ്ത്തിയാൽ കഴിഞ്ഞല്ലോ.

ഞാൻ ഇറങ്ങുകയായി, എനിക്കു വിചാരണ വേണ്ട. അതിനു മുമ്പു തന്നെ വിധിയുടെ കൽത്തുറുങ്കിൽ ധവളപുഷ്പങ്ങൾ വിരിഞ്ഞല്ലോ.

അടിമാലിയിൽ നിന്ന് മൂന്നാറിലേക്കുള്ള ദൂരം സ്വപ്നങ്ങൾക്കുടലും ഉടുപ്പും നേരുന്ന ഒരു പ്രണയഗീതകം.

- ഉടുപ്പോ?

- അതെ, അലങ്കാര വടിവ്.

- ഞാൻ പാടട്ടേ.

- ങാ...

സ്വരരാഗസുധയിലംഗരാഗം ചാർത്തി അണയാൻ നാഥ,

എൻ കരതരംഗ വീചികൾക്ക് മോഹം
അംഗുലിമീട്ടാൻ.
നിൻ മനസ്പന്ദമാകാൻ
വിരഹദയാലു എൻ ചാരെ
വന്നതല്ലേ..
ഇനി ഉടലോ?
ഞാൻ വരുമ്പോൾ നീയൊരാണും
ഞാനൊരു പെണ്ണും;
മൂന്നാറും അടിമാലിയും
പോലെ...

തേയിലക്കാടുകളിൽ പരമശിവനുണ്ട്. ഏലക്കാടുകളിൽ പാർവ്വതിയും.

മൂന്നാറിൽ നിന്നൊലിച്ച നീർച്ചാലുകൾക്ക് വീഴാൻ അടിമാലിയിലൊരു പാത്രമുണ്ട്.

ഇനി അനഘ സങ്കല്പങ്ങളുടെ കുത്തൊഴുക്കിൽ ശിവപാർവ്വതിമാർ മദനലീലകളാടട്ടെ.

- വാ മോനേ, നമുക്ക് കരയ്ക്കു കയറാം.
- ഒരു കീർത്തനം കൂടിയായാലോ?
- വേണ്ട.
- സ്വരം?
- അതും വേണ്ട.

മൂന്നാറിൽ നിന്നടിമാലിയിലേക്കുള്ള ദൂരം ഇരുളിൽ മറിഞ്ഞ അസ്ഥി കൂടങ്ങളുടെ പകയാടുന്ന സ്പന്ദങ്ങൾ.

തല്ലിക്കൊന്ന് ഡിക്കിയിൽ വച്ചു കൊണ്ടു വന്നുരുട്ടാൻ...
എന്താ നീ കണ്ണുരുട്ടി കാണിക്കുന്നത്.
അതിനും മാത്രം ആഴമില്ലെന്നാരു പറഞ്ഞു.
ഒരുടലിന് അസ്ഥികൂടമാകാൻ എത്ര കാലം വേണ്ടിവരും.
ഇരുന്നൂറ്റിമുപ്പത്തേഴു ദിവസം
അതുവരെ കാത്തിരിക്കാൻ വയ്യ. ഞാനിറങ്ങുകയാണ്

അടിമാലിയിൽ നിന്ന് മൂന്നാറിലേക്കുള്ള ദൂരം സുഗന്ധവാഹികളായ ഹിമപുഷ്പങ്ങൾ പൂരിപ്പിക്കുന്ന കൈവരികൾ.

പ്രണയം കൊങ്ങിണിപൂക്കളായി വഴിയരികിൽ പൂത്തുലയുന്നത് നീ കാണുക.

ഓരോ ശലഭച്ചിറകും നിനക്കുള്ള എന്റെ സന്ദേശങ്ങളാണ്.

കുളിരണിയുമ്പോൾ സ്വപ്നങ്ങൾക്ക് വർണ്ണമേകാൻ ഈ ദൂരമത്രയും താണ്ടി ഞാൻവരികയാണ്.

ഞാനേതു വഴിയിലൂടെയാണ് കുന്നിറങ്ങേണ്ടത്.

- ദൈവം വന്നുവിളിക്കുമ്പോൾ നീ എന്തു പറയും?
- ഉറങ്ങണമെന്ന്, ബോധം കെട്ട് എനിക്കൊന്നുറങ്ങണം.

വേലും കാവടിയും കോർത്ത് ഭസ്മശരീരികൾ ആർപ്പുവിളിയിൽ കുതിർന്നിറങ്ങിക്കൊണ്ടിരുന്നു.

കണ്ണകിയുടെ ചിലമ്പുരുളുന്ന തേയിലച്ചെരിവുകളിൽ രാത്രിമഴയിൽ കുതിർന്ന് അനാഥമാക്കപ്പെട്ട തിരിത്തറകൾ.

ഖനനം ചെയ്യപ്പെടാത്ത കുന്നുകളുടെ ഗർഭത്തിലെങ്ങോ കുതൂഹലമുണർത്താൻ പോന്ന പഴങ്കഥകൾ.

ഹരഹരോ ശിവശിവ.

പാഴ്മരക്കൂട്ടങ്ങൾക്കിടയിലൂടെ മഴവില്ലു കാണാം.

താണു പറക്കുന്ന പതംഗങ്ങൾ മൊഴിയുന്നു.

-ശൈവചാപം കണ്ടോടാ. ചക്രവാളത്തിൽ മഴവില്ലിന്റെ അമ്പുകളായ നമ്മൾ, എയ്ത പക്ഷികൾ, ഏത് ലക്ഷ്യത്തിലേക്ക്?

- വസന്തത്തോട് മന്ത്രിക്കാൻ പോവുകയല്ലേ നമ്മൾ.

അടിമാലിയിൽ നിന്ന് മൂന്നാറിലേക്കുള്ള ദൂരം ഋതുരാജന്റെ രഥവേഗത്തിലൊരുവൾ വരുമെന്ന് കാത്തിരിക്കുന്ന വിധുരന്റേതാണ്.

അപ്പോൾ മൂന്നാറിലേക്ക് കെ കെ പി എല്ലാ വളവുകളിലും നിർത്തി നിർത്തി ആളുകളെയും കുത്തി നിറച്ച് കയറിപ്പോകുകയായിരുന്നു. ഡ്രൈവർ പറഞ്ഞു:

അടിമാലിയിൽ നിന്ന് മൂന്നാറിലേക്കുള്ള ദൂരം കാത്തിരിപ്പിന്റേതാണ്. കുന്നിൻമുകളിലെത്തുന്നവരുടെ പ്രതീക്ഷ.

അതുകഴിഞ്ഞാൽ?

കണ്ടക്ടർ പറഞ്ഞു: മൂന്നാറിൽ നിന്ന് അടിമാലിയിലേക്കുള്ള ദൂരം... ഇറങ്ങുന്നവന്റെ ബോധമാണോ, കയറുന്നവന്!

കിളി പറഞ്ഞു: കയറാനും ഇറങ്ങാനും മാത്രമേ ഒരു ബസിനാകൂ.

അവർ അങ്ങനെ സംസാരിച്ചുകൊണ്ട് മൂന്നാറിലേക്ക് പോകവെ മൂടൽമഞ്ഞിൽ നിന്ന് സൂര്യൻ വിളറിത്തളർന്ന ആകാശത്തുനിന്നടർന്ന് കെ കെ പിക്കു മീതെ അമർന്നിരുന്നു.

സൂര്യനെ ചുമക്കാൻ ഒരു വാഹനം.

മൂന്നാറിൽ നിന്ന് അടിമാലിയിലേക്കുള്ള ദൂരം സൂര്യചന്ദ്രന്മാരും നക്ഷത്രങ്ങളും അടർന്നുവീഴുമ്പോഴുള്ള പ്രളയാന്ധകാരം.

കണ്ണിൽ സൂചികുത്തി അവർ യാത്രയാകുകയായിരുന്നു.

- നിന്റെ കണ്ണുകൾ തിളങ്ങുകയാണല്ലോ

- പൂച്ചയുടെ കണ്ണുകൾ തിളങ്ങിയില്ലെങ്കിലല്ലേ...

- മൂങ്ങയ്ക്ക് ഏത് കുറ്റാക്കൂരിരുട്ടത്തും കണ്ണു കാണാം..

അപ്പോൾ?

അതെ. മൃഗപക്ഷിരൂപമായി രൂപാന്തരം കൊള്ളാൻ മൂന്നാറിൽ നിന്ന് അടിമാലിയിലേക്കിറങ്ങണം.

രോമാവലിയും തൂവൽ നിരയും നിങ്ങൾക്കണിയാം. കണ്ണുകൾ മാറ്റാം.

- നിന്റെ ലഗ്നത്തിൽ കുജൻ മുന്നിലല്ലേ...

പൂച്ച പറയുന്നു:

- എന്റെ ശുക്രൻ ശനിയോട് രമിക്കുന്നു.

മൂങ്ങ പറയുന്നു:

- പരസ്പരം സ്പർശിക്കാൻ നമുക്കെന്തിനാ കണ്ണുകൾ. കൈയുള്ളപ്പോൾ ആലിംഗനത്തിലറിയാൻ വെളിച്ചമെന്തിന്?

അടിമാലിയിൽ നിന്ന് മൂന്നാറിലേക്കുള്ള ദൂരം. ആശ്ലേഷത്തിന്റെ അദൃശ്യവീചികളിൽ രാഗാതുരമായൊരു വ്യാഖ്യാനസുഖം പകർന്ന് പറക്കുന്ന പഞ്ചവർണ്ണക്കിളികൾക്കുള്ളതാണ്.

- കിളി പാടുന്നതെല്ലാം നിനക്കു വേണ്ടി.

- എനിക്കുവേണ്ടിയോ? കിളിക്കൊഞ്ചലിഷ്ടമില്ലാതെ ഞാനെങ്ങനെ നിന്റെ രാഗവായ്പറിയും.

- എന്റെ വിസ്മയതീരത്ത് നീന്തിയണയാൻ നീയൊരു ഹംസമായിരുന്നെങ്കിൽ.

- എന്നൊക്കെ ആലോചിച്ച്, മനസ്സിന് പ്രമേഹം പിടിപ്പിക്കണ്ട.

ഈ കത്തിൽ നിന്ന് അശ്രുകണങ്ങൾ പൊഴിയുന്നത് നീ കാണുന്നില്ലേ. ഹൃദയമില്ലാത്തവനേ, എന്റെ രാഗനീലിമയിൽ വിരിഞ്ഞ മരതക മനോഹരാ...

അങ്ങനെ ആലങ്കാരിക യുക്തികൾ പ്രയോഗിച്ച് വരിക്കാൻ ഹൈറേഞ്ചിലെ പ്രണയവല്ലരികളെല്ലാം കൊഴിഞ്ഞുപോയല്ലേ! ഇപ്പോൾ എല്ലാടത്തും കൂമ്പുചീയൽ.

മഴയത്ത് മലകയറാൻ അലറിപ്പെയ്യുന്ന പ്രകൃതി സമ്മതിക്കുമോ?

കടൽ പോലെ കാനനം.

മൂന്നാറിൽ നിന്നടിമാലിയിലേക്കുള്ള ദൂരം ഉരുൾപൊട്ടി മണ്ണിൽ ഊഷ്മാവു നഷ്ടപ്പെട്ട ശരീരങ്ങളും ആത്മാക്കളും ഉദകസ്പർശമേല്ക്കാതെ ചേർത്ത് കുഴച്ച ബലിച്ചോറ്.

ഒരു കാക്കയും എത്തുന്നില്ല.

പൂർവ്വജന്മത്തിന്റെ പാപം, വിത്ത് പൊട്ടി ഇടിയുമ്പോൾ അകപ്പെടുന്നവർ ഭാഗ്യവാന്മാരോ?

നിന്റെ വഴികളിലെങ്ങോ ഞാനുണ്ട്. പരസ്പരം അറിയാതെ മൂന്നാറിനും അടിമാലിക്കുമിടയിലൂടെ നമ്മൾ കടന്നുപോകുന്നുണ്ടാകുമോ?

എപ്പോഴും നമ്മൾ കടന്നുപോവുകയല്ലേ.

ആനച്ചാലിൽ വീഴാൻ വെമ്പി നില്ക്കുന്ന കരിമ്പാറ മന്ത്രിക്കുന്നു.

- ഈ വഴി പോകുന്നവരുടെ ഏഴു ജന്മം കാക്കകൊത്താത്ത ബലിയുടെ അവശിഷ്ടങ്ങൾ. തിന്നാൻ നായ്ക്കളെത്തും.

നിന്റെ പിന്നാലെ ജന്മശാപങ്ങൾ... നിന്നെ തളർത്താൻ...

വൈദീശ്വരത്തേക്കൊരു യാത്ര.

ബാധ ഒഴിപ്പിക്കൽ.

നിന്റെ ശേഷിച്ച ജന്മമെങ്കിലും കഴുകിത്തുടച്ച നാക്കിലയാക്കാൻ എന്തേ അമാന്തം.

അടിമാലിയിൽ നിന്ന് മൂന്നാറിലേക്കുള്ള ദൂരം ഹൃദയം കൊണ്ടൊരു പാലമാണ്.

സ്നാനം ചെയ്യാൻ ആർത്തിയില്ലാത്തവരുടെ ഉല്ലാസ താവളം അങ്ങു താഴെ.

ജലമാലകളിൽ രത്നശോഭയോടെ എന്റെ കാമന.

-രുദ്രവീണയിൽ നീട്ടിക്കുറിക്കും രാഗമെല്ലാം എന്റെ.

-നിന്റെ സ്വന്തമോ?

- ആർക്കും സ്വന്തമാക്കാത്തതെല്ലാം എന്റെ.

- ആ നിലാപുഴയിൽ സുഗന്ധം ചൂടിയ കൈതകളോ? അതിലെ താഴം പൂക്കളോ?

-അതെനിക്കു ചൂടാൻ.

പ്രണയതാരകങ്ങളിലേക്ക് മഴവില്ലിൽ നിന്ന് എയ്ത്ത് പക്ഷികൾപോലെ ഞാൻ നിന്റെ സവിധത്തിലേക്ക് കൂടണയുന്നു.

ദലമർമ്മരങ്ങളിൽ നിന്റെ സ്വരമാണോ?

കളകൂജനങ്ങളിൽ നിന്റെ മൊഴിയാണോ?

ഞാൻ നിന്നെയറിയുമ്പോൾ എന്റെ പ്രാണനിൽ പൊഴിയുന്നതേത് സുഗന്ധമഴ?

മൂന്നാറിൽ നിന്ന് അടിമാലിയിലേക്കുള്ള ദൂരം കുന്നുകൾ കൈയടക്കി തൈ വച്ച് ചായ കുടിപ്പിക്കുന്നൊരു ബയണറ്റ്.

അതിനുതാഴെ കുഴലുണ്ട്. ഉതിർക്കാൻ ഉണ്ടകളും.

ഉണ്ട പറഞ്ഞു: ഭീതിയോടെ ഞാൻ അനുസരിപ്പിക്കുന്നതെല്ലാം എന്നെത്തന്നെയാണ്.

ശുദ്ധവായുവിലേക്ക് ഞാനിതാ പലായനം ചെയ്യുന്നു.

നഗരമാംസങ്ങളുടെ ശവക്കുഴികളിൽ യാചനയുടെ സ്വരം കേൾക്കാൻ എനിക്കു പോയേ മതിയാവൂ.

വെട്ടിപ്പിടിക്കാൻ പലതുമുണ്ടെങ്കിലും കൈയൊഴിയാൻ എനിക്കു ഒന്നു മാത്രം.

- മൂന്നാർ!

മൂന്നാറിൽ നിന്ന് അടിമാലിയിലേക്കുള്ള ദൂരം വെറും മുപ്പത് കിലോമീറ്റർ.

ഇഷ്ടസ്വപ്നത്തിന്റെ ദൂരമില്ലായ്മയിലൂടെ അടിമാലിയും മൂന്നാറിലണയുന്നു.

ഒടുവിൽ അടിമാലി മന്ത്രിച്ചു:

- എല്ലാ മുഖപടങ്ങളും മാറ്റി ഞാൻ വരികയാണ്, ഒരു യാഗാശ്വമായി.

എന്നെ നിനക്ക് പിടിച്ചുകെട്ടാനാവുമോ? അല്ലെങ്കിൽ മടങ്ങാൻ ഇഷ്ടമില്ലാത്തൊരടിമയായി നിന്റെ കാൽക്കീഴിൽ...

അടിമാലിയിൽ നിന്ന് മൂന്നാറിലേക്കുള്ള ദൂരം നിന്റേതാണ്. നിന്റേത് മാത്രം.

മൂന്നാറിൽ നിന്ന് അടിമാലിയിലേക്കുള്ള ദൂരം എന്റേത്, എന്റേതുമാത്രമോ? എന്റേതും കൂടിയാണ്.

- കണ്ടോ, കണ്ടോ ഉരുളുന്നത്.

നമ്മുടെ സ്വരജതികളിൽ ഇണങ്ങാൻ പോരുന്നൊരു വർണ്ണവും കണ്ടെത്താനാവുന്നില്ലല്ലോ.

- അത് ഭീരുത്വം. എന്നിൽ നിന്ന് എന്തിനാണ് ഒളിച്ചോടുന്നത്?

- മൂന്നാറിൽ നിന്ന് അടിമാലിയിലേക്കുള്ള ദൂരം വേഗത്തിലിറങ്ങാം, അടിമാലിയിൽ നിന്ന് മൂന്നാറിലേക്ക് കിതച്ചു കൊണ്ടെത്തുമ്പോഴേക്കും.

ഞാനിറങ്ങിക്കഴിഞ്ഞിരിക്കും. ഞാനലിഞ്ഞില്ലാതാകും.

നീയൊരു മഞ്ഞുകട്ടയാവും.

ഒടുവിൽ ശേഷിക്കുന്നതോ?

അടിമാലിയിൽ നിന്ന് മൂന്നാറിലേക്കുള്ള ദൂരം മാത്രം.

(2002)

പാർത്ഥേനിയം

നീ വിരിച്ചിട്ട കമ്പളങ്ങളിൽ ചവിട്ടാതെ ഞാനെവിടേക്കാണ് പ്രിയേ പോകുന്നത്?

നീ സംഭരിച്ച രാഗവീഞ്ഞിനെ തട്ടിത്തെറിപ്പിച്ച് ഞാൻ എങ്ങോട്ടു പോവാൻ?

ഞാനീ സിംഹാസനത്തിലിരിക്കുമ്പോഴെങ്കിലും നീ എന്റെ അടിമയാകുക.

ചക്രവർത്തിയാകാൻ മോഹിക്കുന്ന മനസ്സിലേക്ക് എവിടുന്നാണീ പതംഗങ്ങൾ?

മരതക മണൽത്തട്ടിൽ കൂടി നമുക്കു വേണ്ടി നടപ്പാതകൾ തീർത്തിരിക്കുന്നു.

സ്വർണ്ണവർണ്ണാഞ്ചിതമാണീ പാത..

ഇപ്രകാരം ഉരിയാടാനും സ്വപ്നം കാണാനും രാജാക്കന്മാർക്കേ സാധിക്കൂ എന്നാണോ?

ജീവിക്കാൻ വേണ്ടി കള്ളനായ ഈയുള്ളവന് പദാവലികൾ പോലും മാറേണ്ടതായിട്ടുണ്ട്. കാല്പനികത വഴിഞ്ഞൊഴുകുന്ന ശൈലിയിൽ കള്ളന്മാർ സംസാരിച്ചു പോയാൽ കവിതകൊണ്ട് കവർച്ച ചെയ്ത അറകൾ നിറഞ്ഞു പോയേക്കും. കള്ളന് പൊലീസാകാമെങ്കിൽ ചെകുത്താന് ദൈവവുമാകാം, തൊഴിലാളിക്ക് മുതലാളിയും.

ഭാഷയും വച്ചുമാറാം.

ഇപ്രകാരമുള്ള ഭാഷാചിന്തയിൽ കള്ളനും ഭാര്യക്കും എന്തു സ്ഥാനം എന്നായിരിക്കും.

പാർത്ഥേനിയത്തിനരികിൽ കള്ളനും പൊലീസും ഒന്നു താൻ...

കള്ളന്റെ വഴി എപ്പോഴും അവസാനിക്കുന്നത് പാർത്ഥേനിയച്ചുവട്ടിൽ.

ശുദ്ധമാനമായ പ്രകൃതിയിലേക്ക് കരങ്ങൾ വീശി പാർത്തേനിയം ഏതേതു ശരീരങ്ങളെയാണ് ചൊറിഞ്ഞു പൊട്ടിക്കുന്നത്?

എന്റെ വ്രണിതമോഹങ്ങളിലേക്ക് നീയൊരു സ്പർശമാകൂ. ചിന്തകൾ ചൊറിഞ്ഞു വീഴ്ത്തി നീ എന്നെ പ്രാപിക്ക്.

ഹൈറേഞ്ചിലെ വഴികളെല്ലാം പാർത്തേനിയത്തിലേക്ക്.

പാർത്തേനിയത്തിന്റെ സൂചിയിലകൾക്കിടയിലൂടെ ഇപ്പോൾ നിലാവ് പുഴവെള്ളത്തിലേക്ക് അരിച്ചിറങ്ങുന്നു. പാറവെളുമ്പിലേക്ക് പതഞ്ഞിറങ്ങുന്ന ചെറു കുമിളകളിൽ മൃതിയുടെ നക്ഷത്രക്കണ്ണുകൾ, നീ കാണുന്നുണ്ടോ?

- ഇല്ല. എനിക്കു കാണാൻ കഴിയുന്നില്ല. ഈ കള്ളന്റെ ഒരു കവിതയേ!

പാടാൻ മറന്ന രാഗചന്ദ്രിക തൂകിത്തുടങ്ങുന്നു. ഉടലാകെ സുഖദമായൊരാലസ്യം അരിച്ചു കയറുന്നു.

പ്രിയേ..

കള്ളന്റെ കൈ തട്ടിമാറ്റി അവൾ തിരിഞ്ഞുകിടന്നു.

കന്യാകുമാരിയുടെ ഹൃദയത്തിൽ കയറി നില്ക്കുന്ന തരുണൻ കൈവീശി കാണിക്കുകയാണ്.

നമ്മളിവിടെ സുഖവാസത്തിനു വന്നവർ. നമുക്ക് സ്വപ്നമെങ്കിലും കാണണ്ടേ?

- സ്വപ്നം കണ്ടോ? ഇരുപത്തിമൂന്നു പവനാ അടിച്ചുമാറ്റിക്കൊണ്ടു വന്നത്. ഇപ്പോൾ പൊലീസും നായ്ക്കളും വീടരിച്ചു പെറുക്കുകയായിരിക്കും.

കള്ളന് കവിത ദൗർബല്യമായതിന് ആരു പിഴച്ചു?

ഈ കടലും പാറയും കാണുമ്പോൾ, ഹോ!

പ്ലാസ്റ്റിക് നിരോധിത പ്രദേശത്ത് ജലധിയിൽ പൊങ്ങിക്കിടക്കുന്ന ഒഴിഞ്ഞ കുപ്പികൾ.

നീന്തിവരാനൊരാകാശവും കുടിക്കാനൊരു കുപ്പിയുംമതി-

വെള്ളത്തിനു മീതെ നീന്തുന്ന ഒഴിഞ്ഞ പ്ലാസ്റ്റിക് കുപ്പികൾ ഓർമ്മിപ്പിക്കുന്നതെന്താണ് പ്രിയേ?

- നിങ്ങൾ വലിച്ചെറിയുമ്പോഴും ഞാൻ നിറയ്ക്കപ്പെടാതെ ജലത്തിനു മുകളിൽ പൊങ്ങിക്കിടന്നുകൊണ്ട് സ്വപ്നം കാണുന്നുവെന്ന്.

എനിക്കു ചുണ്ടമർത്താൻ ഒരു കടലുണ്ടെങ്കിലും ഞാൻ ദാഹാർത്തനായി നിന്റെ ചാരെ...

അണയട്ടെ വസന്തങ്ങൾ.

- നിങ്ങൾ വല്ലാതെ കാടു കയറുന്നു പൊന്നേ. ഒരു കള്ളന് ഇത്രയധികം സ്വപ്നം കാണാനെങ്ങനെ കഴിയുന്നു?

ഒഴിഞ്ഞ കുപ്പിക്ക് അതിനുള്ള സ്വാതന്ത്ര്യമുണ്ട്.

ഒരു കാല്ക്കൽ ഞെരിയാനും വെള്ളത്തിൽ പൊങ്ങിക്കിടക്കാനും മാത്രം...

ശ്രദ്ധയ്ക്കു മേൽ പ്ലവനം ചെയ്യാനും..

- അതൊരു ചിഹ്നമാണ്.

എപ്പോഴും ഒഴിഞ്ഞ കുപ്പികളാണ് മനസ്സു നിറയെ.

- വിശക്കുന്ന വയറുകളെ ഞാൻ കവിതയിൽ ഒഴിഞ്ഞ കുപ്പിക്കു സമാനമായി നിറയ്ക്കട്ടെ.

പുഴയിലൊഴുകുന്ന വെള്ളക്കുപ്പികൾ വന്നെന്റെ ചിന്തകൾ മുഴുവൻ ത്വരിപ്പിക്കുന്നു.

കന്യാകുമാരിയിലെ കള്ളന്റെ ദൃശ്യങ്ങൾ സമാപിക്കുകയാണ്.

രംഗരാജൻ കർട്ടൻ നിവർത്തുമ്പോൾ എസ് പി ഏമാന്റെ മൃതശരീരത്തിൽ മറ്റൊന്നു കൂടി. ബെറ്റിക്കൊച്ചമ്മയുടെ മുഖം. അതും മൃതമായത്.

റീത്തുവച്ച് പെട്ടിയിലടക്കം ചെയ്യുകയാണ് കൊച്ചേമാനന്മാർ.

- നമുക്കും കരയേണ്ടേടീ..

- പിന്നെ ചിരിക്കണോ മനുഷ്യാ.

- നീ കരഞ്ഞു തുടങ്ങിയോ?

- എപ്പഴേ...

ഏമാന്മാർ മരിച്ചാൽ നമ്മൾ കള്ളന്മാരല്ലാണ്ട് ആരാ കരയുക? ഒന്നുമില്ലെങ്കിലും അങ്ങത്തിന് നമ്മളെ നന്നായി അറിയാമായിരുന്നല്ലോ.

നമ്മളെ ഇനി വരുന്നോർക്കും പരിചയമായി വരട്ടെ.

പ്രമാദമായ കേസുകളിലേർപ്പെട്ട് പരിചയമായി വരുമ്പോഴേക്കും വാരിയെല്ലെല്ലാം തകർന്ന് തരിപ്പണമാകത്തില്ലയോ... അതോർക്കുമ്പം എനിക്ക് കരച്ചിൽ വരുന്നെടിയേയ്..

ഇനി നമുക്ക് മറയൂരിൽ തന്നെ താമസമാക്കണം. ഒരു കൊച്ചുവീട് വയ്ക്കണം. എന്നിട്ട് സ്വസ്ഥമായൊരു ജീവിതം.

- അപ്പോ ഇത്രയും കാലം ജീവിച്ചതോ?

- അതേതാണ്ട് ജീവിതമാണോടീ?

- പിന്നെ ഇനിയോ?

- ഇനിയാ നമ്മള് ജീവിക്കുന്നേ. ആശേം ആവേശോം തീരുവോളമുള്ള ജീവിതം.

- ചുറ്റുപാടും നിങ്ങളിപ്പം ഒന്നും കാണുന്നില്ലേ?

-ഓ, ചന്ദനമരങ്ങൾ.

ഇവയുടെ പൊടിമതി നമുക്ക് കേറിപ്പോകാൻ. വേണ്ട, നമ്മളഭ്യസിച്ചത് ചന്ദനം വെട്ടാനല്ലല്ലോ.

- പിന്നെ ലൊട്ടുലൊടുക്ക് മോഷണം കൊണ്ട് എന്നാത്തിനാ ജീവിതം തള്ളിനീക്കുന്നത്?

- അതു മതിയെടീ, അത്യാഗ്രഹം പാടില്ല.

നീ കള്ളൻ പവിത്രൻ കണ്ടിട്ടില്ലേ?

- കണ്ടൂന്നു മാത്രമല്ല, ദിലീപിന്റെ മീശമാധവനും കണ്ടിട്ടൊണ്ട്.

- അതൊന്നും കള്ളന്മാരുടെ സിനിമയല്ലെടീ.

- പിന്നെ?

- പൈതങ്ങളുടെ.

പെണ്ണുകെട്ടാൻ വേണ്ടിയുള്ള ഓരോ കള്ള വേലകള്. നമ്മളങ്ങ നാണോ? രണ്ട് കൊച്ചുങ്ങളും ഭാര്യേം ഉത്തരവാദിത്വമുള്ള കുടുംബം. തൊഴിൽ മോഷണം. അത്രേമല്ലേയുള്ളൂ. വലിയ വലിയ അതിമോഹങ്ങളാ അനാമത്തുകളോ നമ്മൾ ജീവിതത്തിൽ ക്ഷണിച്ചുവരുത്താറില്ല. ഉള്ളതു കൊണ്ട് ഓണംപോലെ.

ജീവിതത്തിൽ ചില തത്ത്വങ്ങളൊക്കെ എനിക്കുണ്ട്.

സുഖമായിട്ടു ജീവിക്കുക.

നല്ലോണം ജീവിച്ചാൽ ഓണം കൊണ്ട് നിറയാം.

കടം വന്നു കേറിയാ ആത്മഹത്യ ചെയ്യേണ്ടിവരും.

ഞങ്ങൾക്ക് കടമില്ല.

-എസ് പി ഏമാന് കടമുണ്ടായിരുന്നല്ലോ. നമുക്കും കടം വേണ്ടേ?

- വാങ്ങിയാലല്ലേ തിരിച്ചുകൊടുക്കേണ്ടതുള്ളൂ. വാങ്ങാത്തവർക്കെങ്ങനെ കടം?

നമ്മൾ മോഷ്ടിക്കുകയല്ലേ - കവരുകയല്ലേ ചെയ്യുന്നത്.

- അപ്പോൾ മടക്കിക്കൊടുക്കുകയല്ല, പിടിച്ചു വാങ്ങിക്കൊണ്ടു പോവുകയാണ് ചെയ്യേണ്ടത്.

- ആര്?

- നീതി.

- നിന്റെ ഈ കൊച്ചുതലയ്ക്കകത്ത് എന്തെന്തു കാര്യങ്ങളാണ്.

- നിങ്ങൾ ആ യൂണിഫോറം കൂടി ഇട്ടിരുന്നെങ്കിൽ...

എസ് പി ഏമാന്റെ യൂണിഫോറം ഏതെങ്കിലും ചന്തയിൽ വില്ക്കാനുണ്ടാവും. ആരെങ്കിലും മൺപണിക്കാർ ചില്ലറ കൊടുത്ത് വാങ്ങി ഇടുന്നതിനു മുമ്പ് നമുക്ക് വാങ്ങിക്കൂടേ... അതും ഇട്ട് ഈ നിലാവത്ത് ഈ അരുവിയുടെ കരയിലൂടെ നമുക്ക് നടക്കാമായിരുന്നു.

- വേണ്ട. എനിക്കീ ടീ ഷർട്ടു മാത്രം മതി. ഇതിടുമ്പോഴാണ് ഏമാന് നല്ല തിളക്കം. അസൂയയോടെ നമ്മൾ നോക്കിനിന്നു പോയിട്ടുള്ളത് നീ ഓർക്കുന്നില്ലേടീ.

ക്യാമറ ദൃശ്യത്തിലേക്ക് കാറ്റുകൊള്ളുന്ന എസ് പി ഏമാനും ബെറ്റിക്കൊച്ചമ്മേം.....

സൂക്ഷിച്ചിരുന്നോ നിന്റെ സാരി വെളുമ്പ് പാറ ഇടുക്കിൽ ഉടക്കി നീ അങ്ങ് വീണേക്കരുത്. നമ്മുടെ പാർത്തേനിയം അതാ നോക്കിനില്പുണ്ട്.

പാമ്പാറിലെ പാറകൾക്ക് എന്തു രസമാണ്. അതിനിടയിൽ പാർത്തേനിയവും വളർന്നു നില്പുണ്ട്.

അപ്പോൾ ക്യാമറയിൽ പാർത്തേനിയം നിറഞ്ഞു.

- ഇത് തിന്നാണോ ഇന്നാട്ടുകാർ ജീവനൊടുക്കുന്നത്?

- അതെ.

- ഈയിടെ ആരെങ്കിലും അങ്ങനെ-

അറിഞ്ഞിട്ടെന്തു വേണം എന്ന ഭാവത്തിൽ കള്ളൻ ക്യാമറാമാനെ

നോക്കി.

- നിങ്ങടെ പണി പൂർത്തിയാക്കി വേഗം ഇവിടം വിടാൻ നോക്ക്.. ആ കാണുന്നില്ലേ പുഴേടെ കരയിലെ മലഞ്ചരിവ്. അവിടെ പുതിയ കൂരകൾ... അതാ സർക്കാർ അവർക്ക് നല്കിയത്. വേറൊന്നും മോൻ തിരക്കണ്ട. വന്ന വഴിയേ പൊയ്ക്കോ.

ജലമൃത്യുവിന് തലേന്നാൾ ആ ശവം സഞ്ചരിച്ച പാതയാകാം ഇത്.

പാമ്പാറിലെ കുമിളകളിലൊന്നിൽ അവർ രണ്ടുപേരുടെയും പ്രാണൻ അവശേഷിക്കുന്നുണ്ടാവാം.

പാറ വെളുമ്പിൽ എന്റെ കണങ്കാലിൽ ഉദകരാശി മുകരുമ്പോൾ ഓർമ്മകൾ നിലാവാകുന്നു. ഞാനീ ധരിച്ചിരിക്കുന്നത് ആ ശവത്തിന്റെ കുപ്പായമാണ്. എസ് പി ഏമാന്റെ. ഇവളുടുത്തിരിക്കുന്നത് ബെറ്റിക്കൊച്ചമ്മയുടെയും.

വെട്ടിയിട്ട തടികളെപ്പോലെയാണ് പാമ്പാറിലെ പാറകൾ. മരം കിടന്ന് നൂറ്റാണ്ടുകളിലൂടെ പാറയായതാണെന്ന് ഈ കള്ളൻ വിചാരിച്ചുവശാകുന്നു.

ഇരിപ്പിടങ്ങൾ അവശേഷിപ്പിച്ചുകൊണ്ട് ആത്മഹത്യക്കൊരുപാടു കുഴികൾ നീക്കി വച്ചുകൊണ്ട് പാമ്പാറിന്റെ ശിഖരങ്ങളൊഴുകുകയാണ്.

- സ്ഫടികനീരാഴിയിൽ മുങ്ങിക്കിടക്കുന്ന നമ്മുടെ പാദങ്ങൾ ഇപ്പോൾ നമ്മുടേതാണോടി?

- കാലു വെളുക്കുമ്പം മനസ്സും വെളുക്കും.

ക്യാമറക്കണ്ണിലൂടെ അയവിറക്കുന്ന പശുക്കൂട്ടങ്ങളും പിഴുതിട്ട ചീരത്തൈകൾ പോലെ ആദിവാസികളും.

- കള്ളന്റെ ഭാഷയ്ക്കു മേൽ പൊലീസിന്റെ ഭാഷ വീണ് കഥ മലിനപ്പെട്ടു പോകുമോ എന്ന് നീ സംശയിക്കുന്നോ?

-അതെ.

- എത്ര അരിച്ചെടുത്താലും കള്ളന്റെ ഭാഷ തന്നെ ഹൃദ്യം.

എസ് പി ഏമാനേക്കാൾ നമ്മൾ ഭാഗ്യവാന്മാരല്ലേ? നമ്മളിപ്പോഴും ജീവിച്ചിരിപ്പുണ്ടല്ലോ.

ഇടയ്ക്കിടെ കിട്ടുന്ന ഞങ്ങളുടെ വിശ്രമവേളകൾ രസകരമാക്കാറാണ് പതിവ്. പിടിക്കപ്പെടുന്ന ഓരോ കളവിനു പിന്നിലും പുതച്ചു മൂടപ്പെടുന്നൊരു സൗഖ്യമുണ്ടെങ്കിൽ രക്ഷപ്പെട്ടു.

ഈ മലഞ്ചെരിവിൽ നമ്മൾ കൈയേറി കൂര വച്ചത് നന്നായി.

ആദിവാസികളുടെ ഒരു തുണ്ടു ഭൂമി ഈ കള്ളനും അവകാശപ്പെട്ടതല്ലേ? അവിടവും ഞങ്ങൾ കവർന്നിരിക്കുന്നു.

- നമുക്ക് ലോകസഞ്ചാരം ചെയ്യാൻ പറ്റുമോ? നീ ഒന്നാലോചിച്ചു നോക്ക്.

- ഇല്ല. പാമ്പാറിന്റെ കരതന്നെ നമ്മുടെ മഹാലോകം.

- ഇനി പാരീസും ഹോങ്കോങ്ങും നമ്മുടെ മറയൂരിൽ വന്നുചേരും. നമുക്കിവിടം മതിയെന്റെ കരളേ.

പാറക്കൂട്ടങ്ങൾക്കിടയിൽ പാമ്പാറിന്റെ പൊട്ടിച്ചിതറലും പാർത്ഥേനിയത്തിന്റെ നില്പും.. നമ്മുടെ ലോകം ഇതു തന്നെ.

- ഞാനാലോചിക്കുകയായിരുന്നു.

- എന്ത്?

- ജീപ്പിലിരിക്കുമ്പോൾ നിങ്ങള് കൈ വെളീലോട്ട് കുന്തിച്ചിട്ടിരിക്കാത്തതെന്താ? യേമാനന്മാരങ്ങനല്ലേ?

- ഒരു കാല് വെളീലെ പടീലാ ചവിട്ടേണ്ടത്. എന്നിട്ട് മസില് പിടിച്ചങ്ങിരിക്കും. എസ് പി ഏമാൻ അത്തരക്കാരനല്ല. അതേപോലെയാണ് ഞാനും.....

വിലങ്ങിടീച്ച് നാഭിയിൽ തൊഴിക്കുമ്പോഴും ഏമാൻ മസിലു പിടിക്കാറില്ല.

കുനിച്ചു നിർത്തി മുതുകത്ത് മുട്ടു കേറ്റുമ്പോഴും അങ്ങനെ തന്നെ.

അന്നൊക്കെ ഞാൻ കരുതും. നാളയല്ലെങ്കിൽ മറ്റന്നാൾ ദൈവം എന്നെ ഏമാനാക്കും.

അല്ലെങ്കിൽ തന്നെ ഞാനും ഏമാനും തമ്മിലെന്നാ വ്യത്യാസമിരിക്കുന്നു?

ഞാനും ബി എ

ഏമാനും ബി എ

അദ്ദേഹം ഇടിക്കുന്നു.

ഞാൻ കൊള്ളുന്നു.

ഇടിക്കുന്നവന്റെ കൈത്തരിപ്പുമാറ്റാൻ ഒരാൾ കൊള്ളാനും വേണ്ടേ?

അതൊക്കെ നിയമവും നീതിയും പുലരാൻ ആഗ്രഹിക്കുന്നവരുടെ കാര്യങ്ങൾ.

എന്നാൽ യൂണിഫോറമിടാത്ത ഏമാൻ എന്റെ ഒരു മാതൃകയാണ്. ടീ ഷർട്ടുമിട്ട് ഒരു നടത്തയുണ്ട്. ഇപ്പോൾ എനിക്കും നടക്കാം. ഏമാന്റെ അതേ ഉടുപ്പു തന്നെയാണ് ഞാനും ഇട്ടിരിക്കുന്നത്.

- നിങ്ങൾ വല്ലതും പറഞ്ഞോ?

- പറഞ്ഞു.

- എനിക്ക് കേൾക്കാൻ കഴിഞ്ഞില്ലല്ലോ.

- എസ് പി ഏമാൻ നടക്കുമ്പോൾ കാലുകൾ കുറേക്കൂടി സാവധാനമേ ചവിട്ടാറുള്ളൂ. പതിഞ്ഞ സ്വരത്തിലേ സംസാരിക്കൂ. അതുകൊണ്ടാ, നിനക്ക് കേൾക്കാൻ കഴിയാത്തത്.

കോവിൽക്കടവിൽ നിന്ന് പാമ്പാറിലേക്ക് ഇറങ്ങുന്ന ചന്തയിൽ തുണിക്കച്ചവടം പൊടി പാറുകയാണ്.

ഇത് കുമാരിമാരുടെ...

ഇത് തരുണന്മാരുടെ....

ഇത് സർക്കാരുദ്യോഗസ്ഥന്മാരുടെ....

ഏത് ശരീരത്തിൽ പറ്റിപ്പിടിച്ചു കിടന്നതാണാവോ ഇത്?

ആ ബട്ടൺ ഏത് മുഹൂർത്തത്തിലാണ് തെറിച്ചുപോയത്. ഏതേ

തെല്ലാം വഴിയിലൂടെ ഇതും ധരിച്ച്... എപ്പോഴെല്ലാം ഇതൂരിയിരിക്കാം....

ഒരാളുടെ ദേഹം വെടിഞ്ഞ വസ്ത്രം പത്താളുകളുടെ കഥയാണ് നമുക്ക് സമ്മാനിക്കുന്നത്.

ഇനിയൊരു ദേഹം കൂടി അതിൽ കയറിപ്പറ്റുമ്പോൾ അയാൾക്കു കേൾക്കാം, കഥകൾ..

- ഈ ടീ ഷർട്ട് ഇങ്ങെട്.

- ഇത് എസ് പി അദ്ദേഹത്തിന്റേത്!

- അതറിയാം. കടം കേറി ആത്മഹത്യ ചെയ്ത എസ് പി അദ്ദേഹം.

- ഈ സാരി അദ്ദേഹത്തിന്റെ ഭാര്യേടത്..

- എങ്കിൽ അതുംകൂടിയിങ്ങെട്.

ക്യാമറക്കണ്ണിൽ ഇപ്പോൾ കുന്നിൻചരിവിറങ്ങി വരുന്നൊരാദിവാസി പെൺകൊടിയും പശുക്കുട്ടിയും വെള്ളമെടുക്കാൻ പാമ്പാറിലേക്കു വരുമ്പോൾ കള്ളനും കാമിനിയും ആ ഫ്രെയിമിലേക്ക് കയറുമോ?

- ഞാൻ നിങ്ങളുടെ ചെവിയിലൊരു കാര്യം ചോദിക്കട്ടെ. എസ് പി ആയാൽ നിങ്ങളാദ്യം എന്താ ചെയ്യുക?

- മറയൂർ കവലയിൽ ചാടിയിറങ്ങി കാണുന്നോരെയെല്ലാം തെറി വിളിക്കും. കുന്തം പോലെ നില്ക്കുന്നവന്റെയെല്ലാം കരണത്തടിക്കും.

- അതെന്തിനാ?

-അതങ്ങനാ. വീര്യം കാട്ടാൻ.

- അതെല്ലാം എസ് ഐ ഏമാന്മാരല്ലേ ചെയ്യുന്നത്. എസ് പി ഏമാൻ ഗമേല് ഇരിക്കത്തേയുള്ളു.

- നിനക്ക് ബുദ്ധിയുണ്ടല്ലോടീ. എന്നിട്ടും നീയെന്താ ആലോചിച്ചോണ്ടിരിക്കുന്നത്.

- ഈ ലോകം പൊലീസുകാരെക്കൊണ്ടു മാത്രം നിറഞ്ഞിരുന്നെങ്കിൽ.. ദേ ഈ കാട്ടുചോലയിലേക്കു നോക്ക്..... നിങ്ങളുടെ മുഖത്ത് തൊപ്പി, എസ് പി അദ്ദേഹം തന്നെ.

- നീയാ ബെറ്റിക്കൊച്ചമ്മ തന്നെ.

- പക്ഷേ, കാട്ടുവെള്ളമാണ്.

- നമ്മളെ ചതിച്ചതും കാടാണ്.

ഫോട്ടോഗ്രാഫർ നമ്മുടെ മുഖത്തേക്കു തന്നെ ക്യാമറ വയ്ക്കുന്നു.

ഞങ്ങളെ വെറുതെ വിട്ടുകൂടേ?

ഇപ്പോൾ ഈ കുപ്പായങ്ങൾ നമ്മുടെ സ്വഭാവവും മാറ്റുന്നു.

- നിങ്ങളൊരു സിസ്സറു വലിച്ചേ..

- എസ് പി അദ്ദേഹത്തിന്റെ കുപ്പായവുമിട്ട് സിസ്സറോ...

വിൽസാ വേണ്ടത്.

നമ്മുടെ ഈ സന്തോഷം അല്പമാത്രകളല്ലേയുള്ളൂ പ്രിയേ. അതു കഴിഞ്ഞാൽ ടീ ഷർട്ടൂരണം. മെയ്യിൽ എണ്ണേയിടണം. എന്നിട്ട് രാത്രിയുടെ പായൽ പിടിച്ച ചരിവുകളിൽ അള്ളിക്കയറണം.

എന്തിനതെല്ലാം ഓർക്കുന്നു.

- പാർത്തേനിയത്തിനു മുന്നിൽ നില്ക്കുമ്പോൾ നീ എന്തു സുന്ദരിയാണ്?

- നിങ്ങളോ എസ് പി ഏമാൻ തന്നെ.

ജീവിതത്തിന്റെ വഴികളെല്ലാം പാർത്തേനിയത്തിനു മുന്നിലാണ് അവസാനിക്കുന്നത്.

നിലാവും മഞ്ഞുപാളികളും കൂടി നമ്മുടെ ചെടിയേയും മനോഹരമാക്കുന്നു.

മരിക്കാനൊരുങ്ങുന്നവർ മനോഹരന്മാരാണ്. ജീവിതത്തിന്റെ സമസ്ത ലാവണ്യവും ഒരിക്കൽക്കൂടി അവരുടെ മേൽ വർഷിക്കപ്പെട്ടിരിക്കുന്നു.

സുന്ദരനും സുന്ദരിയും; ഒരു നിമിഷം കഴിഞ്ഞാൽ അവരിരുവരുമില്ലല്ലോ.

നമുക്കിങ്ങനെ തന്നെ അങ്ങ് ജീവിക്കാൻ കഴിയുമോ?

ഇല്ല. ഉടുപ്പ് ഉടുപ്പു തന്നെയാണ്. ശരീരം ശരീരവും പ്രവൃത്തി പ്രവൃത്തിയും.

അതിനാൽ ഈ നിമിഷം പാർത്തേനിയത്തിൽ നമുക്ക് ജീവിതം അവസാനിപ്പിക്കാം.

എല്ലാം ഇവിടെ നില്ക്കും. എസ് പി ഏമാന്റെയും ബെറ്റിക്കൊച്ചമ്മയുടെയും അടിവര.

- അപ്പോൾ നമ്മുടെ ഉടയാടകൾ?

- ഇനിയും നമ്മളെപ്പോലെ രണ്ടുപേർ വരും. എന്നെപ്പോലെയും നിന്നെപ്പോലെയും രണ്ടുപേർ. എത്രയോ പേർ വന്നിരിക്കുന്നു.

പാർത്തേനിയം ഒന്നുമറിയാത്ത മട്ടിൽ ചിരിച്ചു.

(2003)

ഹേമന്തഗാമികൾ

വെള്ളത്തൂവലിലെ കമ്യൂണിസ്റ്റ് പച്ചകൾക്കിടയിൽ അതേ, ഞാൻ കണ്ടതാണ് രണ്ട് കണ്ണുകൾ. ഇപ്പോഴും ഇന്നും. അതെന്റെ പിന്നാലെ കൂടുന്നു.

ഞാനിറങ്ങുമ്പോൾ മുന്നിൽ; ഞാൻ പിൻതിരിയുമ്പോൾ പിന്നിൽ..

കണ്ണുകൾക്ക് ആൺപെൺ ഭേദമുണ്ടോ? ആർദ്രമിഴി പെണ്ണിന്റേതും രുദ്രമിഴി ആണിന്റേതുമാകാമെങ്കിൽ വെള്ളത്തൂവലിൽ പകുത്തുവെക്കാം; ആ രണ്ട് കണ്ണുകളെ

ഇമയൊന്നു ചിമ്മിയാൽ ആ കണ്ണുകൾ. എന്റെ മുറിയിലെ റേഡിയോയിൽ നിന്നിറങ്ങി ഹോമിയോ ഗുളികകളിൽ..

തീയതി നോക്കുമ്പോൾ കലണ്ടറിന്റെ അക്കങ്ങൾ കാർന്നുതിന്നുന്ന ശീത കീടങ്ങൾ കണ്ണുകളുയർത്തുന്നു.

"നീ എന്തിനാണ് വെള്ളത്തൂവലിൽ വന്നത്?"

ആ ചോദ്യം ആവർത്തിച്ചുകൊണ്ട് കണ്ണുകളെന്റെ മേൽ ചാടിവീഴുമ്പോൾ എന്നെ പനിവന്ന് മൂടുന്നുവല്ലോ...

"നീ എന്തിനാണ് മൂന്നാറിൽ പോയത്?"

"കോവിൽക്കടവിൽ നിനക്കാരാണുള്ളത്?"

"മറയൂരിനെപ്പറ്റി എപ്പോഴുമെപ്പോഴും പറയുന്നതെന്തിനാണ്?"

ഇങ്ങനെയിങ്ങനെ അവറ്റകൾ ചോദിച്ചുകൊണ്ടേയിരിക്കുന്നു.

അലൂമിനിയം കലത്തിൽ വെള്ളം ചുമ്മി ദേവികുളത്തെ രാജ്ഭവനിലേക്ക് കിതച്ചുകയറുകയാണ് അയപ്പൻ. അങ്ങ് നഗരത്തിൽ നിന്നെത്തിയ സാറന്മാർക്ക് കുടിക്കാനും കുളിക്കാനുമുള്ള വെള്ളമാ... പ്രസരണി പൊങ്ങുമ്പോ ഹൈറേഞ്ചിൽ പാട്ടുകേൾക്കും. ആളും ബഹളോമായി ദേവികുളം വീചികളുയർത്തി, മലമടക്കുകളിൽ പാറി നടക്കും. ആ പാട്ട് കുളത്തിലെ ദേവീം കേൾക്കും.

യേശുദാസിന്റെ ദേവിശ്രീദേവിയാണോ! തമ്പിയദ്യോം കേൾക്കുമോ?

പിന്നെ പ്രക്ഷേപണം പൊടിപാറിക്കൊണ്ടിരുന്നപ്പോൾ അയ്യപ്പൻ കലാകാരന്മാരുടെ മൂത്രപ്പുര കഴുകി. തറ തുടച്ച് കാപ്പിയിട്ട് സ്മാളടിച്ച് രണ്ടും മൂന്നും പറഞ്ഞ് നടന്നു.

മേലാളന്മാർ അങ്ങോട്ടുമിങ്ങോട്ടും പോകുമ്പോൾ മുത്തുവണ്ണൻ എണീറ്റ് സല്യൂട്ട് ചെയ്യുമ്പോൾ ഇടത്തേ കൈ പിന്നിൽ നിവർത്തി വലത്തേ കൈക്കൊരു ഏണിച്ചുവടാക്കി അയ്യപ്പൻ ആ വഴിക്കൊക്കെ കടന്നുപോകാറുണ്ട്.

പിന്നെ ഒടുവിൽ ചുമച്ച് കുരച്ച് വയർ വീർത്ത് നീരടിച്ചകാലുമായി ലാക്കാർട്ട് എസ്റ്റേറ്റിലേക്ക് പനി അയ്യപ്പനെ കൂട്ടിക്കൊണ്ടുപോയി.

അയ്യപ്പൻ കലം കമിഴ്ത്തി തെക്കോട്ടുപോയിരിക്കുന്നു.

അതെ. ആ അലൂമിനിയ കലം ഇപ്പോഴും എന്റെ മുറിയുടെ മൂലയിലുണ്ട്. അതിലും വന്നിരിപ്പുണ്ട് ആ രണ്ട് കണ്ണുകൾ.

വെള്ളത്തൂവലിൽനിന്ന് വനിതാ മെമ്പർ വിളിക്കുമ്പോഴും സത്യനുദയനാദികൾ പരമ്പരപോൽ വന്നണയുമ്പോഴും ആ കണ്ണുകൾ എന്നെ ശ്രദ്ധിക്കുന്നുണ്ട്.....

അങ്ങ് നഗരത്തിൽ തനിച്ചാകുന്ന ഭാര്യക്കൊരു ടെലഫോൺ സന്ദേശം.

- അറിഞ്ഞോ?

- എന്തറിഞ്ഞോന്നാ.

- ഭാര്യയായിട്ടവിടിരുന്നോ? ഇഷ്ടന്റെ കേളികളൊന്നുമറിയുന്നില്ലേ?

- സ്റ്റുപ്പിഡ്!

അപ്പോൾ പവർകട്ട് തുടങ്ങി. അവളും കണ്ടു. ആ രണ്ട് കണ്ണുകളെ. ടെലഫോൺ റിസീവറിന്റെ സുഷിരത്തിനിടയിൽനിന്ന് എന്റെ വീട്ടിലെ സൗഖ്യത്തിലേക്ക് ആ കണ്ണുകളിറങ്ങുന്നു.

അവൾക്ക് ശരീരത്തിലെവിടെയും കണ്ണാണ്. മറ്റൊരുത്തരെയും വീട്ടിൽ കയറ്റുന്നതും അവൾക്കിഷ്ടമല്ല.

പെട്ടെന്ന് അവൾ നർമ്മദയിൽനിന്ന് വാങ്ങിക്കൊണ്ടുവന്ന മുളകുപൊടി തൂറ്റിനോക്കി.

മഞ്ഞൾ വേണ്ടിവന്നില്ല. കണ്ണിളിച്ചു.

അവൾ പറയുന്നു.

- സൂക്ഷിക്കണം. ചെയ്തികളൊന്നും ആരും കാണാതെ വേണം പിന്നാലെ രണ്ട് കണ്ണുകളുണ്ട്.

ഹേമന്തഗാമി നിന്നുടലൊരാമോദ ചിഹ്നമായി എന്നെളിയ സൗഭാഗ്യ വേളയിലണഞ്ഞിടാമോ?

ഹേമന്തഗാമികൾ മണം പിടിച്ചെത്തുന്നവരാണ് അന്ധഗാമികൾ. കണ്ണുകൾ തിരഞ്ഞുകൊണ്ടേയിരിക്കുന്നു. സ്വപ്നത്തിൽ മിഴികൾ അന്യരായവരാണവർ. നിനവിൽ ദൃഷ്ടികൾ അന്വേഷിക്കുന്നു.

സത്യനുദയനാദികൾ എത്തിയിരിക്കുന്നു.

"സന്ദേശം അവിടെ കിട്ടി."

"എവിടെ"

"അടിമാലിയിൽ"

"എന്ത്"

"നാടകത്തിന്റെ ശബ്ദലേഖനം പന്ത്രണ്ടാം തീയതി"

"ആരു പറഞ്ഞു"

"ആ കണ്ണുകൾ"

"ങേ, ആ കണ്ണുകളോ"

"അതേ സാർ.. ഞങ്ങൾ വെള്ളത്തൂവലുകാർ കണ്ണുകളെ മാത്രമേ നോക്കാറുള്ളൂ. ശരീരത്തിൽ ഏറ്റവും പ്രധാനപ്പെട്ടത് കണ്ണുകളാണ്. ഞങ്ങൾ കണ്ണുകൾ മാത്രം കാണുന്നു. അവ പറയുന്നത് വിശ്വസിക്കുന്നു."

"അപ്പോൾ ഉടൽ..."

"എങ്ങനിരുന്നു ഉദയാ.."

"സത്യൻ ചേട്ടൻ ശ്രദ്ധിച്ചില്ലേ?"

"ഇനി അധികമെന്തിന്?"

"*കോടമഞ്ഞിൽ അലിയാത്തത്*" എന്ന നാടകം ഞാനെഴുതിക്കൊണ്ടിരിക്കുകയായിരുന്നു. പന്ത്രണ്ടാം തീയതി റെക്കോർഡിങ് വെക്കണമെന്നും സത്യനെയും ഉദയനെയും കഥാപാത്രങ്ങളാക്കണമെന്നും വിചാരിച്ചതേയുള്ളൂ. ആ കണ്ണുകൾ കഥാപാത്രങ്ങളെത്തേടി ചെന്നല്ലോ.. അവരെ കൂട്ടിക്കൊണ്ടുവന്ന് നാടകകൃത്തിന് മുമ്പിൽ നിർത്തി കാഴ്ചയുടെ സത്യം ബോദ്ധ്യപ്പെടുത്തി തരികകൂടി ചെയ്യുന്നു.

സത്യന്റെ കണ്ണുകൾ ഞാൻ ശ്രദ്ധിച്ചിട്ടുണ്ട്. അവ ഇമവെട്ടാത്തതാണ്. ഉദയന്റേതും അതെ. ശ്യാമയുടേതും ശൈലജയുടെയും ഉഷയുടേതും അതെ.

ഹൈറേഞ്ചിലെ കണ്ണുകൾക്ക് കളങ്കമില്ല. അതിനിടയിൽ നീയൊരു തത്ത്വവും ചമച്ചോ! എന്ന് മുരണ്ടുകൊണ്ട് എന്റെ ചുണ്ടത്തെ വിൽസിന്റെ തീമുനയിൽ നില്ക്കുന്നു ആ കണ്ണ്.

- എടാ കരിങ്ക(ണ്ണാ) ള്ളാ! നീ ഇങ്ങോട്ട് നോക്ക്. എന്റെ കണ്ണിൽ തന്നെ സൂക്ഷിച്ച് നിനക്ക് നോക്കാമോ? ഇല്ല. എനിക്കാരെയും ഒരു ഞൊടിയിടക്കിപ്പുറം നോക്കാനാവില്ല. നേർക്കു നേർ കണ്ണുകൾ കൊരുക്കാനൊരുക്കമില്ലാത്തവൻ..

ഹൈറേഞ്ചിലെ കണ്ണുകളെ എനിക്ക് ഭയമാണ്.

കൊന്നുതിന്നുമെന്ന പേടികൊണ്ടല്ല. അതിന്റെ ശാന്തത; ഹൃദയത്തിന്റെ ആഴങ്ങൾക്കപ്പുറത്തേക്ക് പതിഞ്ഞിറങ്ങുന്നൊരു തണുപ്പാണതിന്. വയ്യ. എനിക്കാ തണുപ്പിലേക്കിറങ്ങാൻ വയ്യ.

സൂര്യനെല്ലിപ്പൂവിന്റെ കണ്ണുകളിലേക്ക് നോക്കൂ. കയം ഒളിപ്പിച്ചുവെച്ച തടാകം. മെതിച്ചെറിഞ്ഞൊരുദ്യാനത്തിന്റെ തിരുശേഷിപ്പിൽ കത്തിച്ചുവെച്ച മെഴുകുതിരി.

സെക്രട്ടേറിയറ്റും ചെങ്കൽച്ചൂളയും പഴവങ്ങാടിയും തന്നതാണ് എന്റെ

പൗരുഷം. പിന്നെങ്ങനെ ഈ കണ്ണുകളിൽ ഞാൻ നോക്കും?

'നീ ആരുടെ കണ്ണുകളാണ്?'

എനിക്ക് ശബ്ദം പുറത്തുവരുന്നില്ല. ചോദ്യം കേട്ടിട്ടെന്നോണം കണ്ണുകളിലൊന്ന് ചിരിക്കുമ്പോൾ മറ്റൊന്ന് പരിഹസിക്കുന്നു.

ദേവികുളത്തെ പുലർച്ചകളിൽ ഞാൻ നോക്കിനില്ക്കാൻ ആഗ്രഹിക്കുന്ന കുറേ കണ്ണുകളുണ്ട്.

ആവിമഞ്ഞിൽ തുറക്കുന്ന കൊങ്ങിണിപ്പൂക്കളുടെ കണ്ണുകൾ..

അയവിറക്കുന്ന കയറില്ലാത്ത കാലിക്കൊഴുപ്പിന്റെ ശാന്തനയനങ്ങൾ..

കുരയ്ക്കാൻ മറക്കുന്ന നരിയോളമെത്തുന്ന ശ്വാനന്മാരുടെ നിരുപദ്രവനേത്രങ്ങൾ..

ദേവികുളത്തെ ഓരോ ജന്തുജാലങ്ങളും എന്തിനെയോ പ്രതീക്ഷിക്കുകയാണ്. ഓരോ ദിശയിൽ നോക്കി.

ഹേമന്തഗാമിയായി പുലർകാല ദൈവങ്ങൾ ചൂഴെ അന്വേഷിപ്പൂ, മിഴികളിതുതന്നെയോ?

ഞാൻ ആ കണ്ണുകളിൽ നോക്കാൻ ശീലിക്കുകയായിരുന്നു. അപ്പോഴുണ്ട് എന്റെ മുന്നിലും പിന്നിലും ആ കണ്ണുകൾ. അതുകണ്ടിട്ടാവണം പശുക്കൾ കുത്താൻ വരുന്നു. പട്ടികൾ കുരച്ചു ചാടുന്നു. ലാക്കാർട്ട് എസ്റ്റേറ്റിൽനിന്ന് നായകളുടെ ഓരിയിടൽ കേൾക്കാം.

ഹേമന്തമൊരു മന്ദാരമായ് വിടരുന്നു. ഗാമികൾക്ക് പരാഗ കോശങ്ങൾ നുകരാൻ..

വരികയില്ലൊരു കല്പാന്തമേഘവും പെയ്യാറില്ലൊരുത്സാഹ വൃഷ്ടിയും.

ഹേമന്തഗാമികൾ മലമടക്കുകളിലെവിടെയോ സാന്നിദ്ധ്യമറിയിക്കുന്നു. അവർ ഒന്നിച്ച് ആണും പെണ്ണും കുഞ്ഞുകുട്ടിപരാധീനങ്ങളോടൊപ്പം.... എപ്പോഴും എവിടെയും ഗാമികളീ ഹേമന്തഗാമികൾ. ഉത്സാഹ നയനങ്ങൾ അന്യർക്കു നല്കിയാർത്തുല്ലസിക്കുന്നു. പിന്നെയാ കണ്ണുകൾ തേടിയലഞ്ഞലഞ്ഞ് അലയായ് പരക്കുന്നു ഹേമന്തഗാമികൾ..

ഞാൻ ദേവികുളത്തുതന്നെ തങ്ങുകയാണിപ്പോഴും. വർഷങ്ങൾ പോകുന്നതറിയാതെ.

കൂടെയുള്ളവർ ചോദിക്കുന്നു. നിനക്കു മടങ്ങണ്ടേ?

പക്ഷേ, ആ കണ്ണുകൾ എന്നെ എങ്ങും വിടുന്നില്ലല്ലോ.

അടിയന്തരാവസ്ഥക്കാലത്ത് ശാസ്തമംഗലം ക്യാമ്പിലെ മേശക്കാലിൽനിന്ന് രക്ഷപ്പെട്ട രാജാക്കാട്ട് ഏലം എസ്റ്റേറ്റ് ഉടമയായ മോഹനനോട് ഞാനീ കണ്ണുകളുടെ കാര്യം പറഞ്ഞപ്പോൾ അവൻ എടുത്ത വായിൽ ചോദിച്ചു.

– സ്റ്റീഫന്റെ കണ്ണുകൾ നീ കണ്ടിട്ടുണ്ടോ?

– എങ്കിൽ ഞാനിവിടെ സർക്കാരുദ്യോഗസ്ഥനാകുമായിരുന്നോ?

– എങ്കിൽ നീ കേട്ടോ. ഒരുപാട് കണ്ണുകൾക്ക് ഒളിച്ചിരിക്കാൻ വെള്ളത്തൂവലിൽ ഇനിയും കമ്യൂണിസ്റ്റ് പച്ചകൾ ബാക്കി. ഞെള്ളാനിക്ക് ഇപ്പോ

വെല എത്രയെന്നോ. അഞ്ഞൂറിടിഞ്ഞാൽ തിരിച്ചുകേറ്റാനും പറ്റുമെടാ.. കുരുമുളകിന്റെ കഥ കഴിഞ്ഞപ്പോൾ ഞാൻ ഏലത്തിൽ ചാടി... ഇനി... അതും കണ്ടിട്ടുണ്ട്.. ഏലോം കുരുമുളകും പോലാ വിപ്ലവോം ദൈവശാസ്ത്രോം.. അതിനപ്പുറം ചാടാൻ ഞാനൊരു മറുകണ്ടം കണ്ടുവച്ചിട്ടുണ്ട്. കടവരീന്ന് കമ്പക്കല്ലിലേക്ക്.... നീലച്ചടയന്റെ കണ്ണു നീ കണ്ടിട്ടുണ്ടോ?

“സാറേ....” അയ്യപ്പൻ വിളിക്കുന്നു. ദേവികുളം ആരോഗ്യ കേന്ദ്രത്തിന്റെ ഒഴിഞ്ഞ തിണ്ണ. ആ തിണ്ണയിൽ ആ സന്ധ്യക്ക് ഞാനും അയ്യപ്പനും മാത്രം.

“എത്രനേരം നമ്മളിങ്ങനെ ഡോക്ടറേം കാത്തിരിക്കും?”

അയ്യപ്പൻ പറയുന്നു.

- മധുരേൽ ചെന്നാൽ നല്ല ഹോസ്പിറ്റലിലൂടെ ചികിത്സിക്കാം. അറിയാത്തതുകൊണ്ടല്ല. ചികിത്സിച്ചാൽ ഭേദപ്പെടാത്ത അസുഖമല്ലിത്. ആരുണ്ടതിന്..... സാറന്മാരെ ബുദ്ധിമുട്ടിക്കുന്നതെങ്ങനെ... കെട്ടിച്ചുവിട്ട മോള് കുറ്റീം പറിച്ച് വീട്ടീവന്ന് നില്പുണ്ട്. ഇനി ഇതു മാറത്തില്ല.

ആ സന്ധ്യക്ക് ദേവികുളത്തെ മുകിലിൽ ഒറ്റനക്ഷത്രം ഉദിക്കുന്നത് അയ്യപ്പൻ എനിക്കു കാട്ടിത്തന്നു. അതൊരു കണ്ണിനെയാണ് ഓർമ്മിപ്പിച്ചത്.

- അതെല്ലാം കാണുന്നുണ്ട്. സാർ...

കൈയുയർത്തി ആകാശത്തേക്ക് ചൂണ്ടി.

- എനിക്കറിയാം... ഇനി ഇത്രക്കിത്രനാൾ...

എന്ന് അയ്യപ്പൻ പറയുമ്പോൾ ഞാൻ ആ കണ്ണുകളിലേക്ക് നോക്കി.

ചുവന്നു കലങ്ങിയ ഒരു ജലാശയമാണ് അയ്യപ്പന്റെ കണ്ണുകൾ. അതൊരു ചെങ്കടലായി തീരുമോ എന്നു ഞാൻ ഭയപ്പെട്ടു.

പട്ടുപാവാടയുമിട്ട് ചേച്ചിക്കൊപ്പം എന്നെ നോക്കി നില്ക്കാറുള്ള ചിത്രയുടെ കണ്ണുകൾ. കവിളുരുമ്മി കടന്നുപോയ സ്നേഹലതയുടെ കണ്ണുകൾ.

ആ രണ്ട് കണ്ണുകളെയും ന്യൂമോണിയയും ബ്രെയിൻ ട്യൂമറും കൊണ്ടുപോയി.

ആ രണ്ടുകണ്ണുകളും എന്നിൽനിന്ന് ഗർഭം ധരിക്കാൻ ആഗ്രഹിച്ചു.

സ്നേഹിക്കുന്നവരെ കവർന്നെടുത്തുകൊണ്ട് ഞാൻ വിലപിക്കുന്നതും കാത്ത് പിന്നെയും കണ്ണുകൾ ബാക്കിയുണ്ടായിരുന്നു.

പക്ഷേ, ദുരന്തത്തിന്റെ വക്കിൽ ചിരി പുരട്ടി ഞാനോരോ കഥയും എഴുതി. അതിലോരോന്നിലും മുങ്ങിത്തോർത്തി.

അങ്ങനെ ഒടുവിൽ അഹങ്കാരമൊടുങ്ങിയ അപരാഹ്നത്തിലേക്കുള്ള യാത്രയിൽ ആ കണ്ണുകളും.

ആരോ കോളിങ്ബെൽ അമർത്തുന്നു.

പനിക്കിടക്കയിൽനിന്ന് മെല്ലെ തലയയുർത്തി വാതിൽ തുറക്കവേ അമിതമായി പഴുത്ത പഴത്തോട്ടത്തിന്റെ ഗന്ധവുമായി ആ കണ്ണുകൾ പെസഹയുടെ കേക്കുനീട്ടുന്നു.

പ്രമേഹരോഗിക്ക് പ്രാതൽ!

ഹേമന്തഗാമികൾക്ക് കാന്തല്ലൂരിൽനിന്ന് ദേവികുളത്തേക്ക് ഇറച്ചിപ്പാറയിൽ നിന്നുള്ള ദൂരം പോലും വേണ്ട. അകലത്തിനിടയിലൊരു മന്ദാരത്തോപ്പിലൂടെ അവരെങ്ങുമെത്തും... ഹേമന്തഗാമികൾ.

ഹേമന്തഗാമികൾ ഇടയ്ക്ക് സ്വർഗ്ഗത്തിലേക്ക് പോയി വീണ്ടും മണ്ണിലേക്ക് വരുകയായിരുന്നു.

ചുറ്റിത്തിരിഞ്ഞതാഗാമികൾ ഹേമന്തമന്ദാര പുഷ്പങ്ങൾ ചാർത്തിയന്വേഷിക്കുന്നു കണ്ണുകൾ....

ഹേമന്തഗാമികൾ സ്വന്തം കണ്ണുകൾ അന്വേഷിച്ച് വെള്ളത്തൂവലിലെത്തിയപ്പോഴാണ് കേട്ടത് ആ ഓലിയിടൽ... കാക്കക്കരച്ചിൽ...

ഹേമന്തഗാമികൾക്ക് ഹൈറേഞ്ചിന്റെ മന്ദാരത്തോപ്പിലൂടെ കുറുക്കുവഴികൾ ഏറെയാണ്.

ദേവികുളത്തേക്ക് ആദ്യത്തെ ബലിക്കാക്കയും എത്തിക്കഴിഞ്ഞിരുന്നു. പക്ഷേ, അതിന്റെ കണ്ണുകൾ.. എനിക്കത് കാണാനാവുന്നില്ല. ശബ്ദം കേൾക്കാം. കാക്കയും കൊതുകുമില്ലാത്ത ദേവികുളത്തിപ്പോൾ ബലിക്കാക്കകൾ.

മുറിയിൽ ആറുനാൾ പഴക്കമുള്ള അപ്പത്തിന്റെയും പഴത്തോട്ടത്തിന്റെയും ഗന്ധം. ഒരു മരക്കട്ടിലിൽ ശ്വാസത്തിനു പിടയ്ക്കുന്നൊരു പ്രമേഹരോഗി.

പ്രസരണിയിൽനിന്ന് ഇസ്മേയലിന്റെ അവസാനത്തെ അനൗൺസ്മെന്റ്. നാളെ അയാളും ഇവിടംവിടും. വന്നവരോരോരുത്തരായി ദേവികുളം വിടുകയാണ്.

മഞ്ഞുപറ്റിയ ജനാലയ്ക്ക് പുറത്ത് ഹേമന്തഗാമികൾ മിന്നാമിനുങ്ങുകളുടെ അകമ്പടിയോടെ..

നീ എന്തിനാണ് എന്നെ ഇങ്ങനെ ഉറ്റുനോക്കുന്നത്?

ജന്മപരമ്പരകളുടെ ഒടുവിലത്തെ കണ്ണിയാണ് ഞാൻ...

ഇനി എനിക്കൊരു തുടർച്ചയില്ല. അച്ഛൻ വിളിക്കുന്നു.

മകനേ...

ഞാൻ ആരെ മകനെന്ന് വിളിക്കും?

ഇനിയൊരു തുടർച്ചയും വേണ്ട.

എല്ലാ കയറുകളും ഞാൻ പൊട്ടിക്കുകയാണ്.

എനിക്കിനി മടങ്ങിപ്പോവാനാവില്ലല്ലോ. എനിക്കിനി തുടർന്നുപോകാനുമാവില്ലല്ലോ.

എന്റെ ജന്മം ഒരു കുളംപോലെ.

സമുദ്രനിരപ്പിൽനിന്ന് ഏഴായിരം അടി ഉയരമുള്ള ദേവികുളം എങ്ങോട്ടുമൊഴുകാനാവാതെ.

ഒഴുകാത്തവൻ അനാഥനാണ്. ഇനിയും നിനക്ക് എന്താണ് കാണേണ്ടത്?

പ്ലാസ്റ്റിക് ബക്കറ്റിലേക്ക് വെള്ളത്തുള്ളികൾ ഇറ്റുവീഴുന്നു..

ടാപ്പടയ്ക്കാൻ മറന്നു.

കോടക്കാറ്റിൽ കുളിമുറിക്കതക് ഏതോ വിചിത്ര ജന്തുവിന്റെ മുരൾച്ച പോലെ...

കതകടയ്ക്കാൻ മറന്നു.

മേശഘടികാരത്തിന്റെ സ്പന്ദത്തിനൊപ്പമെത്താത്ത ഹൃദയതാളം പതറുന്നു. അലാറം തുടങ്ങുകയായി.

മറന്നു. അതും മറന്നു.

അവരുടെ വരവു ഞാനറിയുന്നു. ഹേമന്തഗാമികൾ വെട്ടുവഴിയിലൂടെ പടവുകൾ കയറി എന്റെ മുറിയിലേക്ക് ഇരച്ചുകയറുകയായിരുന്നു.

ചന്ദനത്തിരി കത്തിച്ച പഴക്കടപോലെ ആയിത്തീരുകയാണ് മുറി.

എന്റെ കാല്ക്കലും തലയ്ക്കലും തേങ്ങാമുറികൾ കത്തിക്കാനാർക്കാണ് തിടുക്കം?

അവർ ഹേമന്തഗാമികൾ ഒരുപാടുണ്ടായിരുന്നു.

ഉത്സാഹത്തിരയേറിയെത്തുന്ന ഗാമികൾ.

ഇമയടയ്ക്കുമ്പോൾ കാണും രൂപപ്രളയങ്ങൾ..

കണ്ണുകൾ നേരത്തെ എത്തിയില്ലേ? ഞങ്ങൾ വൈകിയോ?

“നോക്കൂ. ഇപ്പോഴെങ്കിലും നിനക്ക് എന്റെ കണ്ണുകളിലേക്ക് നോക്കിക്കൂടേ?”

“ഇനി എനിക്ക് നോക്കാം നിന്നെ. ദേവികുളത്തെ അനാഥശിശുവിനുമേൽ ഒരു വെള്ളത്തൂവലായി നീ പൊഴിയുന്നതും കാത്ത്... കാത്ത്...”

എന്റെ മുറിയാകെ ഹേമന്തഗാമികൾ. എല്ലാവർക്കും എല്ലാം തിരിച്ചു കിട്ടിയിരിക്കുന്നു. ഇപ്പോൾ നിന്നെ എനിക്കു കാണാം. നിന്റെ ശരീരവും.

ഹേമന്തഗാമികൾക്ക് കണ്ണുകൾ തിരിച്ചുകിട്ടിയിരിക്കുന്നു.

പകരം വെള്ളത്തൂവലും ശുഭ്രമന്ദാരവും വർഷിച്ച് അവരെന്നെ യാത്രയാക്കുന്നു.

(2003)

കാതൽ സഡുഗുഡു

നൈലോൺ സാരി വാങ്ങാൻ പോയ അലോഷ്യ മടങ്ങിവന്നത് സെൽഫോണുമായാണ്. അപ്പോഴാണ് അവളോർത്തത്, വേദപുസ്തകവും കുരിശുമാലയും കടയിൽ വച്ചു മറന്നുവെന്ന്.

സെൽഫോണിന്റെ പുറംചട്ട ഉയർത്തി നോക്കി കൊച്ചീപ്പൻ ചേട്ടൻ ചോദിച്ചു.

"ഇതിനുള്ളിൽ ആരുടെ സിം കാർഡാ? അംബാനീടെയോ നിന്റപ്പൻ ഫ്രാൻസിസിന്റെയോ?"

വാനിലത്തോട്ടത്തിലൂടെ അലോഷ്യ സെൽഫോണും പിടിച്ചു നടന്നു. അവധിക്ക് വീട്ടിൽ വരുമ്പോഴെല്ലാം ഓരോ കാഴ്ചകളാണ് അവൾക്ക്. പ്രീഡിഗ്രിക്കു പഠിക്കുമ്പോൾ കുരുമുളകും റബ്ബറുമായിരുന്നു. ഇപ്പോഴിതാ വാനില.

മകളേക്കാൾ അപ്പന് ഇഷ്ടംകൂടാൻ ഓരോ കൃഷി ഇനങ്ങൾ എന്നു മനസ്സിൽ പറഞ്ഞുനില്ക്കുമ്പോൾ ഹൃദയഭിത്തിയിൽ ബോക്സർ ഇടിച്ചു നിന്നു.

ഹെൽമറ്റുയർത്തി നിതിൻ ചോദിക്കുന്നു.

"നീയങ്ങ് നിന്റെ ത്രോപ്രാൻകുടീന്ന് ഊരുന്നില്ലേ പെണ്ണേ?"

അപ്പോൾ അവളുടെ കമ്പ്യൂട്ടർ ഹാങ്ങായി. എങ്ങനെ പുറത്തുകടക്കും? അതിനെന്തുപ്രയാസം എന്നോതി അവൻ സ്വിച്ച് ഓഫാക്കുന്നു. പെണ്ണ് ചെറുക്കന്റെ പിടലിയിലേക്കൊരു ചാട്ടം. പിന്നെ പടപടപടാന്ന് ഒരു വിടീലും....

ഒരുനാൾ ഹോസ്റ്റലിൽനിന്നു കൊച്ചീപ്പൻ ചേട്ടൻ എന്ന കുശിനിക്കാരനോടൊപ്പം പുറത്തുപോകുമ്പോഴാണ് അലോഷ്യ വീണ്ടും കുഴപ്പത്തിലാകുന്നത്.

കുശിനിക്കാരൻ സഡുഗുഡുവിന്റെ പോസ്റ്റർ ചൂണ്ടി അലോഷ്യയോടു പറഞ്ഞു.

"നീ ഇവിടെ നില്ല്. ഞാൻ എളുപ്പം വീട്ടിൽ പോയി മുന്നാഴി നെല്ലെടുത്തോണ്ടു വരട്ട്. അതരിയാക്കാൻ പറ്റിയ ഉരലല്ലിയോ ഇത്."

പൊടുന്നനെ പലതവണ എന്നതുപോലെ അപ്പോഴും അലോഷ്യ സ്വന്തം പൊക്കിളിനെപ്പറ്റി ചിന്തിച്ചു. ഹോസ്റ്റലിലെ പെൺകുട്ടികൾക്കിടയിൽ ചന്തം കെട്ടൊരു അവയവമായി അത്. അതവൾ പലതരം വർണ്ണച്ചേലകൾകൊണ്ടു മൂടിത്തന്നെ സൂക്ഷിച്ചു.

"അതാണ് കാതൽ സഡുഗുഡു"

കൊച്ചീപ്പൻ ചേട്ടൻ ആർത്തു.

"ഒന്നു പോ ചേട്ടാ" എന്നു പറഞ്ഞതും അതാ മുന്നിലെത്തി ശകടത്തിൽ നിതിൻ.

പിന്നൊരൊറ്റച്ചാട്ടത്തിന് പിൻസീറ്റിലിരുന്ന് അവന്റെ വയറ്റിൽ കൈവരിയവേ അവൾ പരതുകയായിരുന്നു.

"എന്റെ കാതൽ സഡുഗുഡു"

എന്നിട്ടും അലോഷ്യയുടെ ലേഡീസ് ഹോസ്റ്റലിൽ ചെല്ലുമ്പോൾ നിതിൻ എന്തുകൊണ്ടാണു കള്ളനാകുന്നത്?

ബസ്സ്റ്റോപ്പിൽ നിന്നു ഊളിയിട്ട് അവനെത്തിയതു ലേഡീസ് ഹോസ്റ്റലിന്റെ ജനാലയ്ക്കരികിലാണ്. സമയം രാവിലെ 8.25. ഇപ്പോഴല്ലേ അലോഷ്യ കുളിക്കാനിറങ്ങുന്നത്.

നമ്മളൊന്നും കാണുന്നില്ലേ.

കാണുന്നതെല്ലാം സഡുഗുഡു.

മതിലിനോടു ചേർന്ന് മലിനജലമൊഴുകുന്ന സ്ലാബിനു മുകളിൽ കയറി നിന്ന് അവൻ എത്തിനോക്കുമ്പോൾ വുഡ്ലാന്റ് ഷൂവിന്റെ പീഡനമേറ്റു നിലവിളിച്ചുകൊണ്ട് മണ്ഡൂകം പറഞ്ഞു:

"ചേട്ടാ ഒന്നു പതുക്കെ. എന്റെ സേഫ്റ്റിപിൻ വാ പൊളിക്കുന്നു."

അലോഷ്യ വല്ലപ്പോഴും മാത്രമേ ഹൈറേഞ്ചിലേക്കു പോകാറുള്ളൂ. പോകുന്നതിനു തലേന്നാൾ അവർ കൊച്ചിയിൽ മുറിയെടുക്കും.

അങ്കമാലിയിൽ പോയി അങ്കവും കഴിഞ്ഞു വന്നവൾക്ക് എന്തിന് മേലങ്കി? അലോഷ്യ ചുരിദാറിന്റെ ദുപ്പട്ടയൂരി കുരിശു മൂടും.

നമ്മുടെ ലീലകൾ, ഈശോയേ, നീ കാണണ്ട.

പിറ്റേന്നാൾ അവിടുന്ന് നിതിന്റെ ബൈക്കിൽ നേര്യമംഗലം വരെ. പിന്നെ പി എം എസിൽ അടിമാലി വഴി തോപ്രാംകുടിക്ക്.

ക്രിസ്മസിന് നാലുദിവസം നില്ക്കാൻ അലോഷ്യ വരുമ്പോഴുണ്ട് അപ്പന്റെ മുറിയിലെ ബൈബിളും കന്യാമറിയവും കാണ്മാനില്ല. പകരം പുസ്തക അലമാരയിൽ സി ഡികളും ചുമരിൽ വേഗായുടെ ചിത്രവും. വേഗയ്ക്ക് വിശ്വസുന്ദരിപ്പട്ടം കിട്ടിയ വേളയിൽ അണിഞ്ഞിരുന്ന ചുവന്ന ജാക്കറ്റുതന്നെ ധരിച്ച ചിത്രമായിരുന്നു അത്.

അലോഷ്യ സ്വന്തം ബ്ലൗസിൽ തഴുകി നോക്കി നെടുവീർപ്പിട്ടു.

ഫ്രാൻസിസിന്റെ വാനിലത്തോട്ടത്തിൽ കായ് പിടിക്കുകയായിരുന്നു.

തോക്കുപാറയിൽനിന്ന് പൗലോസ് വന്നപ്പോ 'കഴുവേറി' വരുന്ന കണ്ടില്ലേ എന്ന് അപ്പൻ പറയുന്നതുകേട്ട് അലോഷ്യ ചോദിച്ചു:

"എന്താ അപ്പാ ഇങ്ങനെ?"

"അതു രഹസ്യമാ."

"എന്നാലും പറ"

"ഇല്ല. പറയൂല്ല"

"എന്റെ... അല്ലേ... എന്നോടു പറ"

"എന്നാൽ പറയാം. കോളേജിൽ പഠിക്കുന്ന കാലത്ത് കവിതാഭ്രമമായിരുന്നു എനിക്ക്. അന്നു ഞാൻ സച്ചിദാനന്ദന്റെ ഫാനായിരുന്നു. അദ്ദേഹത്തിന്റെ കഴുവേറി പുറത്തുവന്ന കാലമായിരുന്നു. അതിന്നും...."

അപ്പനിൽ വന്ന മാറ്റം അലോഷ്യക്കും സന്തോഷിക്കാൻ വക നല്കി.

കുരുമുളകിന് ദ്രുതവാട്ടം വന്നപ്പോൾ നെടുവീർപ്പിട്ട അപ്പനാണോ ഇത്.

എഴുപത്തഞ്ചിൽ മഹാരാജാസീന്ന് പിടിച്ചിറക്കി തൊണ്ടുതല്ലുന്നതുപോലെ പൊലീസുകാരിടിച്ചതാ...

പിന്നെ ഹൈറേഞ്ചിലേക്കു വന്നു. കൃഷി. കല്യാണം. അലോഷ്യ..

ഒരു സെൽഫോണിന് എത്രനേരം വെള്ളത്തിൽ നീന്താനാവും?

പുന്നമടക്കായലിൽ വള്ളം മറിഞ്ഞപ്പോൾ അലോഷ്യയുടെ കൈപ്പത്തിയിൽ കാമുകസ്വനം കേൾക്കാമായിരുന്നു.

പത്താൾപൊക്കത്തിൽ നിലവെള്ളം ചവിട്ടുമ്പോൾ പോലും കാമുകനോട് സൊള്ളിയവളാണ് അലോഷ്യ.

"കരളൊറപ്പൊള്ളതുങ്ങളാണ് ഹൈറേഞ്ചിലെ പെങ്കൊച്ചുങ്ങള്. പ്രേമിക്കുന്നവരെ വിടുകേല" കൊച്ചീപ്പൻ ചേട്ടൻ അതെപ്പോഴും പറയാറുണ്ട്.

ഫ്രാൻസിസ് പറഞ്ഞു

"നീയീ അപ്പനെ കഴുവിലേറ്റ്. കഴുവിലേറ്റടീ കഴിവേറിമോളേ.."

"എന്നതാ ഈ അപ്പനെന്തു പറ്റി? കവിത പാടുകയാണോ? അതോ വട്ടുപറയുന്നോ?"

"അപ്പൻ പറയുന്നതാ കവി നേരത്തേ എഴുതിവച്ചിരിക്കുന്നത്."

ഫ്രാൻസിസിന്റെ വാനില കായ്കൾ കുലവീശിനില്ക്കവേ അലോഷ്യയോടൊപ്പം ആ കൃഷിത്തോട്ടത്തിലൂടെയുള്ള യാത്രയുടെ വിവരണം കൂടി ഇത്തരുണത്തിൽ അനിവാര്യമായിരിക്കുന്നു.

അയാൾ തന്റെ പ്രണയത്തിന്റെ കനികളായ വാനിലയെ ഓമനിച്ചുകൊണ്ടു പറഞ്ഞു.

"എന്റെ കാതൽ സഡുഗുഡു"

അലോഷ്യയുടെ മനസ്സൊന്നു പിടഞ്ഞു.

"അപ്പൻ എന്താ പറഞ്ഞത്?"

"കാതൽ സഡുഗുഡു"

"അതൊരു സിനിമേടെ പേരല്ലേ?"

“അതിനപ്പുറം സ്നേഹത്തിന്റെ നുരപരത്തുന്നൊരർത്ഥംകൂടി അതിനുണ്ട്.”

എന്തൊക്കെയാണ് അപ്പൻ പറഞ്ഞുവരുന്നതെന്ന് അലോഷ്യക്ക് മനസ്സിലായില്ല.

മമ്മിയെ വേർപിരിഞ്ഞശേഷം പ്രാണൻ കൊടുത്താണ് വാനിലയെ അപ്പൻ നോക്കിപ്പോരുന്നത്.

“നീയുംകൂടി കേൾക്കാനാ ഞാനീ പറയുന്നത്”

“ഏതു പ്രണയത്തിനിടയിലും ഒരു സഡുഗുഡുവിന് സ്ഥാനം കാണും. നാലുനാൾ കഴിയുമ്പോൾ സഡുഗുഡു ഗുഡുസഡുവാകും. പിന്നെ കാതൽ.. അതും പഴുത്തുപോകും..”

അലോഷ്യക്ക് മമ്മിയെ ഓർമ്മ വന്നു.

“പിന്നെ ബാക്കിയാകുന്നത് അസ്ഥികൾ. മൃദുലമേനിക്കകത്തെല്ലാം എലുമ്പുകൾ.”

അലോഷ്യക്ക് വാനിലത്തോട്ടത്തിൽനിന്ന് എങ്ങോട്ടെങ്കിലും ഇറങ്ങി ഓടാനാണു തോന്നിയത്.

വാനിലയ്ക്ക് പരാഗണം നടത്തിക്കൊണ്ടിരിക്കുന്ന അപ്പനേയും ദേവികുളം സ്റ്റേഷനിൽനിന്ന് കവിത കേൾക്കാൻ എഫ് എം ട്യൂൺ ചെയ്യുന്ന അപ്പനേയും അലോഷ്യ ഇഷ്ടപ്പെടുന്നില്ല.

അപ്പോൾ അലോഷ്യയുടെ സെൽ ഫോൺ ശബ്ദിച്ചു.

“നീ വരുന്നോ... ലോകത്തിന്റെ അങ്ങേ കോണിലേക്ക്... കാതൽ സഡുഗുഡു”

കാലം സെല്ലുലോയിഡാണ്. നീന്തിത്തുടിക്കാനുള്ളത്.

“തോപ്രാംകുടീന്ന് നിനക്കു രക്ഷപ്പെടേണ്ടേ?”

അലോഷ്യ അസ്ഥികളെപ്പറ്റി ഓർത്തു.

മമ്മി-

ചീഞ്ഞളിഞ്ഞ ജഡം

പോസ്റ്റുമോർട്ടം

കള്ളസാക്ഷി

ഒടുവിൽ അസ്ഥികൾ

അസ്ഥികൾ മാത്രം...

നിതിൻ നേര്യമംഗലത്ത് ബോക്സറുമായി കാത്തുനില്പുണ്ടായിരുന്നു.

നിതിൻ ഞാനും വരുന്നു.

ഞാനും വരുന്നു.

ഇടതൂർന്നുവളർന്ന ചാവോക്ക് മരങ്ങളിൽ ആ വചനം പ്രതിദ്ധ്വനിക്കുകയും വേഗം നിലച്ചൊരു ചലനചിത്രമായി അവൾ രൂപപ്പെടുകയും ചെയ്തു.

ഇടതുകൈയിൽ സെൽഫോണുയർത്തിയും വലതുകൈ പ്രണയാവേശത്താൽ നിവർത്തിയും കാർകൂന്തളത്തെ കാറ്റിലുലയാൻ അനുവദിച്ചും

അലോഷ്യ ഹൈറേഞ്ചിറങ്ങുകയായി.

അലോഷ്യ രക്ഷപ്പെടുമോ?

അവൾക്കു പിന്നാലെ നേര്യമംഗലം പാലം തകരുകയും പെരിയാർ കരകവിഞ്ഞ് മൂവാറ്റുപുഴയാറിലൂടെ അവരെ അനുഗമിക്കുകയും അനേകം അനുരാഗകഥകൾക്ക് സാക്ഷ്യംനിന്ന മണൽത്തീരത്തിൽ രണ്ടു മൺകൂനകൾക്കുമേൽ അവർ ശയിക്കുകയും കഥയങ്ങനെ...

(2003)

പാവക്കൂണ്

അംബികാദേവിയും ശശാങ്കനും തമ്മിലുള്ള പ്രണയത്തിൽ പോലും മുളച്ചു പൊന്തിയത് കൂണുകളായിരുന്നു. വിശ്വാസമില്ലെങ്കിൽ മൂന്ന് കത്തുകൾ ഇതാ.

അംബികാ ദേവി എഴുതി:

പ്രിയപ്പെട്ട ശശാങ്ക്,

പ്രകൃതിയും മനുഷ്യനും തമ്മിലുള്ള ബന്ധത്തിൽ കൂണുകൾ ഒന്നുമല്ലായിരിക്കാം. പക്ഷേ, സ്വസ്ഥജീവിതത്തിലേക്ക് നമ്മെ കൂണുകൾ ബന്ധിപ്പിക്കുകയായിരുന്നില്ലേ?

അംബീ പ്രിയതമേ,

നീ എഴുതാൻ തുടങ്ങിയതെല്ലാം ഞാൻ എഴുതാൻ വച്ചതായിരുന്നല്ലോ. എന്താണ് നീ പറയാൻ തുടങ്ങുന്നത്? പുറത്ത് കൂണുകൾ മുളയ്ക്കുകയാണ്. നിശ്ചലമായ ജീവിതത്തിനുമേൽ കിളിച്ച് നില്ക്കുന്ന സസ്യകാന്തിയിൽ നാം ആകൃഷ്ടരാകാൻ കാരണം?

പ്രിയപ്പെട്ട ശശാങ്ക്,

കൂണുകൾ നമ്മുടെ ജന്മദൗത്യം. അതിൽ കൂണുകൾ ആകുമോ എന്റെ ഭാഗ്യനാഥൻ..

അങ്ങനെ ശശാങ്കൻ ഹൈറേഞ്ചിലേക്ക് വണ്ടികയറി; ജൂൺ 30-ാം തീയതിയിലത്തെ കൂണുകളെയും കൊണ്ട്.

അംബികാദേവിയുടെ വീട്ടുവാതില്ക്കൽ ഒരു പുലർച്ചെ ശശാങ്കൻ.

“ഇത് പാവക്കൂണ്. ചിപ്പിക്കൂണുമായി വരാനിരുന്നതാ. അതിനുമുമ്പേ ഇതങ്ങ് വിരിഞ്ഞു.”

ശശാങ്കൻ അംബികാദേവിക്ക് കൂണുകൾ സമർപ്പിച്ചു.

അംബികാദേവി വിരിഞ്ഞു.

പാവക്കൂണിന്റെ കുട കവിളിൽ ചേർത്ത് മെല്ലെയുഴിഞ്ഞ്, 'എന്ത് രസമാ നാഥന്റെ ഉടലിനെന്ന്' ഉള്ളിൽ മൊഴിഞ്ഞ് അംബികാദേവി നിനച്ചതിങ്ങനെ:

'നാഥാ, നിന്റെ കവിളിലൊരു കുളിർനൊമ്പരമൊരുക്കിയെന്നകതാരിൽ ശയ്യ വിരിപ്പൂ...'

പെട്ടെന്ന് കവയിത്രിയായ അംബികാദേവി നണ്ണി:

'കൂണുകളിൽ കണ്ടുവരുന്ന അസാധാരണമായ കീടങ്ങളെപ്പോലെ നമ്മുടെ പ്രണയം പ്രിയനേ, ജീർണ്ണിച്ച പ്രതലത്തിലേക്ക് പടർന്നിറങ്ങുമോ?'

ക്രമേണ ചിന്ത കാടുകയറി.

ഇടതൂർന്ന പൈൻമരങ്ങൾക്കിടയിലൂടെ കാട്ടുപോത്തിന്റെ കാലടിപ്പാടുകൾ. ഇലച്ചാർത്തുകളിലേക്ക് വെള്ളിടി വെട്ടുകയായി. പിന്നെ മുളച്ചുപൊന്തുന്ന കൂണുകളിൽ ചുവന്ന പുള്ളികൾ.

ഇത് മാന്ത്രികക്കൂണ്.

അത് ഓംലെറ്റിൽ പൊടിച്ചിട്ട് ആരോ കൊണ്ടുവരുന്നു.

പിന്നെ മയക്കത്തിന്റെ താഴ്‌വരയിലേക്ക്... താഴ്‌വരയിലേക്ക്...

"എന്തുപറ്റി?" ശശാങ്കൻ ചോദിച്ചു.

കൂണുകളിൽ വിറ്റാമിൻ എ ഇല്ലല്ലോയെന്ന് ഓർക്കുകയായിരുന്നു, അംബികാദേവി.

"ഓ, ഹരിതകം ഇല്ലെന്നല്ലേയുള്ളൂ" ശശാങ്കൻ പറഞ്ഞു.

ദുർബ്ബലമാണ് ഈ സസ്യം.

ഉഷ്ണത്തുമ്പിൽ കൊഴിഞ്ഞു വീഴുന്നൊരു തൊട്ടാവാടി.

"വരുമ്പോൾ വാടിയില്ലല്ലോ?"

"അപ്പോൾ ചാറ്റൽമഴയില്ലായിരുന്നല്ലോ അംബി?"

"ഇവിടെ മഞ്ഞു പെയ്യുകയായിരുന്നു." അവൾ കൂട്ടിച്ചേർത്തു.

"പാവക്കൂണിന് മഞ്ഞിനോടാണ് പ്രിയം."

അവർ ഒരുപോലെ നിനച്ചു.

മഞ്ഞെന്നാൽ പ്രണയം.

പ്രണയക്കൂണ്.

- അതെ. ഒരുഷ്ണകാലംവരെ സ്വപ്നം കാണാൻ.

- ഉറങ്ങുന്നവനും വേണ്ടേ ഒരു സ്വപ്നം?

ശയ്യകളിൽ അഗ്നിവർഷം.

വൈക്കോൽ കൂണിന് തീപിടിക്കുകയായിരുന്നു.

'എന്റെ ശശാങ്കാ' എന്ന് അംബികാദേവിയും 'അംബീ എന്റെ കരളേ' എന്ന് ശശാങ്കനും തേങ്ങലടിക്കാൻ മാത്രമായി അവരുടെ താരുണ്യത്തിലേക്ക് ഒരു കൂണ് വിടർന്നങ്ങനെ നില്ക്കുമ്പോൾ കാലം കുറെ ഒഴുകി

പ്പോയത് അവരറിഞ്ഞില്ല.

അഞ്ചേക്കറിൽ കുരുമുളകും കൊക്കോയും അടയ്ക്കയും ഏലവും കോഴിയും പശുക്കളും കുഞ്ഞുങ്ങളുമായി ആ ദാമ്പത്യം വളർന്നു.

ശശാങ്കനോ, ക്യാമറയിലൂടെ ഹൈറേഞ്ചിൽ ഊളിയിട്ടു. കൂണുകൾ അവന്റെ ക്യാമറയിലേക്ക് ഒപ്പി വീണു. മൂന്നു നാൾ കൊണ്ടവസാനിക്കുന്ന കൂണുകൾ ശശാങ്കന്റെ കാചത്തെയും കാത്തങ്ങനെ...

പാവക്കൂണ് പറഞ്ഞു: ഒരിക്കൽ നിങ്ങളുടെ യശോധാവള്യത്തിന് മേൽ പറ്റി ഞാൻ നിന്നതെല്ലാം മറന്നോ?

ശശാങ്കന്റെ നിപുണ ശ്രോത്രം അതുകേട്ടു.

- നിങ്ങളെ മറന്നുവെന്നോ.

വെട്ടിവച്ച് കറിതിന്നാൽ മാംസത്തിന്റെ രുചി.

“പാവക്കൂണ് നിന്റെ ശരീരമാകുന്നു പ്രിയേ.”

“നിന്റെയും”

- നാം തമ്മിൽ ഭക്ഷിച്ചാൽ ബാക്കിയാകുന്നത് ഈ കൂണു മാത്രം.

നമ്മുടെ സ്നേഹഗാത്രം.

ഗൗരീഗാത്രമാണോ?

അല്ല. ചെന്തെങ്ങ്.

ഒരു കൂണ് ഉയർത്തുന്ന ദാർശനിക മാനങ്ങൾ ശശാങ്കന്റെ ചിന്തയിൽ വരുത്തിയ പ്രക്ഷാളനം ഇങ്ങനെ രേഖപ്പെടുത്താം:

ക്ഷണികമായ വിചാരങ്ങളിലൂടെ പൊട്ടിവിടരുന്ന ഒരുകൂണിന് ജീവിതത്തിന്റെ ഉച്ചവെയിലിൽ വാടാതിരിക്കാൻ കുടപിടിക്കാനാവുമോ.

തണൽ ചമയ്ക്കുന്നതേതു ജന്മം. ക്ഷണികതയ്ക്കു മേൽ മറയാകാൻ അതേതു വിഫലജന്മം?

ശശാങ്കനും അംബികാദേവിയും അപ്പോൾ നഗരത്തിലൂടെ നടക്കുകായിരുന്നു. പച്ചക്കറിച്ചന്തയിൽ വച്ച് അവർ പാവക്കൂണിനെ കണ്ടു.

- നിനക്കു സുഖമാണോടീ?

- എന്തു സുഖം. കടവട്ടിയിലേക്കരിഞ്ഞിട്ടു കിടക്കാനാ വിധി

ഒരു കുമിളിന്റെ ജീവിതദൈർഘ്യം പോലുമില്ലല്ലോ നമുക്ക്. പ്രണയവും വിരഹവും വാർദ്ധക്യവുമായി ഏറിയാൽ ഒരു പകലറുതിയിൽ പൊറുതിമുട്ടുന്നവരല്ലേ നമ്മൾ.

അംബികാ ദേവിയുടെ പശുക്കൾ അവളോടു ചോദിച്ചു:

- ഇവിടേക്ക് വന്നതെന്തിനമ്മേ?

മുളകുവള്ളികൾ ചോദിച്ചു.

- നിങ്ങൾ രണ്ടാളും വഴികൾ രണ്ടെന്നു ചൊല്ലുമ്പോൾ, പിന്നെ ഒന്നായലിഞ്ഞുവീഴാൻ എന്തിനീ മണ്ണിൽ വന്നു?

കൊക്കോച്ചെടി ചോദിച്ചു:

- ഇക്കാലമത്രയും ജീവിച്ചു തീർക്കാനാകുമോ ഹരിതവനഭൂമിയിൽ,

പട്ടയപ്പെട്ടിയിൽ?

ശശാങ്കന്റെ തോട്ടത്തിലെ ചെടികളും മൃഗങ്ങളും പദ്യത്തിൽ സംസാരിക്കവേ അംബികാദേവിയിലെ അന്വേഷകയുണർന്നു.

കുഞ്ഞിക്കുട്ടൻ തമ്പുരാന്റെ ആത്മാവ് പൂഞ്ഞാറന്മാരായിരുന്നുവോ.

ഹൈറേഞ്ചിലേറെയും കവികളാണല്ലോ. ഉഷ, ശ്യാമള, ആന്റണി, ഭാസി, അലിയാർ, കണിമോൾ, ജയചന്ദ്രൻ, മനോജ്, സ്മിത, വിജയമോഹനൻ, ശ്രീനി, സുകുമാരൻ, ഫാമ, രാജൻ... അങ്ങനെ വരി നീണ്ട നിരയിലൊരുപാടു കവികൾ ശശാങ്കന്റെ സ്റ്റുഡിയോയിൽ.

രാത്രി മെഴുകുതിരിനാളത്തിൽ യുവസാഹിത്യകാരന്റെ പല കോണുകളിലുള്ള ഫോട്ടോ എടുക്കുമ്പോൾ ക്യാമറ കുശലം ചോദിച്ചു.

– ശശാങ്കാ നിന്റെ നേരമെല്ലാം പോകുന്നതീ ജാലവിദ്യക്കുറപ്പിച്ച കാചങ്ങൾ നോക്കി. ബിംബങ്ങൾ നിന്നെ ചതിക്കും. തുടരെയീ സന്ധ്യയും ദരിദ്രയാകും...

പാവക്കൂണ് എല്ലാം കേൾക്കുന്നുണ്ടായിരുന്നു. അറിയാൻ മാത്രമുള്ള മനസ്സ് ശശാങ്കനും അംബികാദേവിയും പാത്തുവച്ചിരുന്നു.

പാവക്കൂണു പറഞ്ഞു.

– സഞ്ചരിക്കാൻ കാലുകളില്ലെങ്കിലും ഹൃദയസ്പന്ദനങ്ങളുടെ ഭൂപടം ഞാൻ കാണുന്നുണ്ട്.

പാവക്കൂണ് ഇങ്ങനെയും സംസാരിക്കുമോ?

കൂണിന്റെ മണം തണുപ്പാണ് പ്രിയനേ.

ഹൈറേഞ്ചിന്റെ ഊഷ്മാവിൽ ഊതിക്കാച്ചിയ തണുതണുത്ത തണുപ്പ്. കൂരിരുട്ടിലേക്ക് അടർന്നുവീഴുന്ന ചന്ദ്രൻ മുളച്ചു പൊന്തുന്നതങ്ങനെയാണ്. നിലാവിന്റെ കാട്ടിൽനിന്നും പക്കം തീരുന്നതുവരെ കൂണുണ്ടായിക്കൊണ്ടിരിക്കും.

അംബികാദേവിയുടെ കവിതകളിൽ നിന്നു തെറിച്ചു വീണ് തീക്ഷ്ണപദങ്ങൾ മഴ കിട്ടാതെ കിടന്നുവരണ്ടങ്ങനെ മണ്ണിലെഴുതാൻ തുടങ്ങുന്നു. നിരലങ്കാരയുക്തികൾ പുതുമണ്ണിലേക്ക് അവളുടെ ആത്മഗതങ്ങളുമായി വേരിറക്കുന്നു.

വാഴ നനയുമ്പോൾ ചീരേം നനയണം.

ശശാങ്കൻ പറഞ്ഞു. മണ്ണുമൂടിക്കിടന്നാൽ അക്ഷരങ്ങൾ പോലും മുളയ്ക്കുമേ, ഒരു മഴ നിമിത്തം.

എന്റെ കവിത എന്റെ പാവക്കൂണാകുന്നു.

അംബികാദേവി പറയുന്നു, കൂണുകൾകൊണ്ടെന്നെ പൊതിയും ഞാൻ പിന്നെ..

– പിന്നെ?

– നിനക്കതിന് കൂന്തലില്ലല്ലോ, മുടിമൂടി നഗ്നയാനം ചെയ്യാൻ, ഒരു ഗിരിജയാവാൻ?

– ആരെപ്പറ്റിയാ?

– അതെ. വി എം ഗിരിജ.

കൂണുകൾക്കിടയിൽ അംബികാദേവി നഗ്നയാകുന്നതും ഭൂമിയിലേക്കിറങ്ങിയ മുകിൽ മാലകൾക്കിടയിലൊരു തൊട്ടിൽ തീർക്കുന്നതും ശശാങ്കൻ അറിയുന്നുണ്ടോ ആവോ.

മഞ്ഞിനും കൂണിന്റെ മണമാണ് ശശാങ്കാ.

അംബികാദേവി അപ്പോൾ തടാകക്കരയിലായിരുന്നു. ഭ്രാന്തൻ കൂണു ചോദിച്ചു:

– പോരുന്നോ?

രാത്രിയോ പകലോ എന്നവൾക്കറിയില്ലായിരുന്നു, അതിനാൽ അവൾ പറഞ്ഞു:

– സമയമായില്ലല്ലോ ചങ്ങാതീ. മണ്ണിലേക്ക് എന്റെ അക്ഷരങ്ങൾ പുതഞ്ഞിട്ടേയുള്ളൂ. അവ മുളപൊട്ടി ഛന്ദസ്സിൽ വിരിഞ്ഞൊരു മരമാവട്ടെ.

– എന്നിട്ട്...

– എന്നിട്ട്?

അപ്പോഴേക്കും ശശാങ്കൻ അരികിലെത്തിയല്ലോ.

ക്രമേണ പറമ്പുക്കൂണും പാമ്പുംകൂണും കുടക്കൂണും വെള്ളാരം കൂണും ഇറച്ചിക്കൂണും അരിക്കൂണും പന്നിക്കൂണും വന്ന് ത്രിദോഷങ്ങളെ വർഷിപ്പാൻ തുടങ്ങി.

ഓംലെറ്റിൽ വിതറിയ മാന്ത്രികക്കൂണും...

തടാകക്കരയിൽ നിന്ന് നമുക്ക് പലായനം ചെയ്യാം പ്രിയേ. കൂണുകളുടെ മഹാമാരിയിൽ ഞെരിക്കപ്പെടാനായി മാത്രം ആയുസ്സു കളഞ്ഞു കുളിക്കണോ നമുക്ക്?

ഒരു പാവക്കൂണുപോൽ ഹൈറേഞ്ചിന്റെ നാഡി ഞരമ്പുകളിലൂയലാടാം. വിടർത്തുന്ന കുടകൾക്കകം തീർത്ത ഞൊറിവുകളിൽ സ്വപ്നം പകുത്തു വയ്ക്കാം. രാഗചഷകങ്ങളൊന്നായൊളിച്ചു വയ്ക്കാം. നമുക്കായിതാ തീർത്ത കൂണുകൾ. ശിഷ്ടജന്മം കൂണിലലിയാം..

പക്ഷേ, നമ്മുടെ പാവക്കൂണുകൾ പാവം. മറ്റുള്ളതിനിടയിൽ അവൻ തളർന്നു പോകുമോ.

കർക്കടകരാവിലെ വെള്ളാരം കൂണുപോൽ വന്നതെന്തിനെൻ മോഹിനീ?

കന്നിമാസത്തിൽ അരിക്കൂണുപോലെ നീ ഒറ്റരാത്രിയിൽ അണയുമോ എൻചാരെ.

ഭ്രമരവേഗത്തിൽ നീ സംഭരിച്ച മധുരലായിനിയിലേക്കിതാ മഞ്ഞുതുള്ളികൾ..

“കൂണിനോടൊപ്പം ചെമ്മീൻ വിളമ്പട്ടെ?”

“വേണ്ട. ഹൈറേഞ്ചിൽ കോളറ പടർത്തണ്ട.”

വരൾച്ചയ്ക്കുശേഷം ഹൈറേഞ്ചിൽ മഴ വരികയായിരുന്നു.

തകർത്തു പെയ്തും ചരിഞ്ഞുലഞ്ഞും കാനനം കടൽപോലെ അലച്ചാർത്ത ദിവസം.

അംബികാദേവിയുടെ രാത്രി മിനുങ്ങുകയായിരുന്നു. അങ്ങനെ മിനുങ്ങി മിനുങ്ങി തിളങ്ങുകയായിരുന്നു.

"എന്താണ് നീ ഇങ്ങനെ വിളങ്ങുന്നതെന്റെ പ്രിയേ?"

"മഴ."

"അതിന്?"

"നോക്കിയാട്ടെ."

ജാലകത്തിനരികിൽ നനഞ്ഞ ഇരുളിലേക്ക് അവൾ അതാ മുളച്ചു പൊന്തുന്നു.

ഇരുൾക്കയത്തിൽ തിളങ്ങുന്ന പാവക്കൂണ്.

(2003)

രസാലവനിക

എന്റെ അസ്ഥികൾ പോലും കോച്ചുന്നു, പെണ്ണേ...

എന്നരികത്തിരുന്നു രണ്ട് വക്കോതി നീ ശാന്തയായി. കരാംഗുലീ സ്പർശം കൊണ്ട് ഉള്ളുണർത്ത്!

- കടമ്മനിട്ട എഴുത്തു നിർത്തി. ഇതെന്ത് ശൃംഗാരം എന്ന് നണ്ണി നീ തെന്നി നീങ്ങുമ്പോൾ കമ്പിളിക്കുപ്പായത്തിനുമേൽ കട്ടിയുടുപ്പിട്ട് പിന്നൊരു ഷാള് കൊണ്ടു കൂടി മൂടിപ്പുതച്ചുവേണം പുറത്തിറങ്ങാനെന്ന് ഞാൻ പറയണോ?

തണുപ്പത്ത് ലിംഗവൃഷണാദികൾ പോലും സ്വസ്ഥമായുറങ്ങുമ്പോൾ കമ്പിതഗാത്രീ ഞാനെങ്ങനെവരും നിന്നരികിൽ?

ഇന്നലെ വളരെക്കാലം കൂടി ഒരു മഴയുണ്ടായിരുന്നു.

എന്റെ ക്വാർട്ടേഴ്സിന്റെ മുറിയിൽ നിന്നു നോക്കിയാൽ രാധാകൃഷ്ണന്റെ കൃഷിത്തോട്ടം കാണാം. ക്യാബേജും ബീൻസും ക്യാരറ്റും നിര തെറ്റാതെ വച്ചുപിടിച്ചിരിക്കുന്നു. അതിർത്തിയിൽ പനിനീർപ്പൂക്കൾ.

ദേവികുളത്ത് പൂക്കൾക്ക് എന്ത് നിറമാണെന്നോ?

പൂക്കൾ മനുഷ്യരെപ്പോലെയാണ്.

തണുത്തുവിറച്ച പെണ്ണുങ്ങളീ പുഷ്പജാലം.

അഹന്തയറ്റാകാശ നീലപോൽ അതിലെനിക്കു ലഹരിയായ് നിന്റെ നിമ്നോന്നതങ്ങൾ.

ഹൈറേഞ്ചൊരു പെണ്ണാകുന്നു. രാജകുമാരീ... തങ്കമണി... കാമാക്ഷി.. ലക്ഷ്മി.

പുഴയും മലയും കുളിർനിലാവുമായി നീ എഴുതപ്പെടുന്നു.

മഷിനിറച്ചൊരു പേനയ്ക്ക് സ്വപ്നം കാണാനൊരുപാടൊരുപാടു കടലാസുകൾ. എഴുതിത്തുടങ്ങട്ടേ...

പശുക്കൾ ഓടുന്ന ശബ്ദമെന്നു കരുതി നോക്കുമ്പോഴുണ്ട് നാലഞ്ച് കാട്ടുപന്നികളാണ്. പുതുമണ്ണിനെ കുത്തിയിളക്കി മുക്രയിടുന്നു.

രാധാകൃഷ്ണന്റെ കൃഷിത്തോട്ടം. ഉഴുതിളക്കി തൈനടാൻ സജ്ജം.

ഇടയ്ക്കിടെ പന്നികളെന്തിനാണ് ഇവിടെ കയറി വന്ന് സ്വൈര നിദ്രയ്ക്ക് ഭംഗം സൃഷ്ടിക്കുന്നത്?

- ഞങ്ങളെപ്പറ്റിയാണോ പറഞ്ഞത്.... പന്നിക്ക് തലച്ചോറില്ലെന്നു മാത്രം കരുതരുത്. കേളികളാടിത്തിമിർക്കുന്നൊരു മനസ്സാ ഞങ്ങളുടേത്.

ഞാനെങ്ങും പോകുന്നില്ലയിക്കാടിന്റെ വഴികളിലേകനായ് ഊളിയിട്ടീ ജന്മമത്രയും നിങ്ങളോടൊപ്പം പാർത്തു കൊള്ളട്ടയോ..

മാൻകുഞ്ഞ് അമർത്തിച്ചിരിച്ചു കൊണ്ടു നോക്കുകയാണ്. ഒരാലൂ ക്കാസ് ചിരി.

പന്നികളൊരു പാടുണ്ടീ കമ്യൂണിസ്റ്റ് പച്ചക്കാട്ടിലെ കൊങ്ങിണിക്കൂട്ടത്തിൽ. നാലഞ്ചു ചേരകളും രണ്ട് മുള്ളൻ പന്നികളും എട്ടുപത്ത് കാട്ടു കോഴികളും ഒരു കേഴയും ചുറ്റപ്പെട്ടതാണെന്റെ ക്വാർട്ടേഴ്സ്

- ബഷീർ മയ്യത്തായില്ലേ?

- സർവ്വചരാചരങ്ങളുടെയും പേറ്റന്റ് വാങ്ങിയോ ഉപ്പാപ്പ പോയത്?

- ഉണ്ണിയാറിന്റെ ഉറുമീസോ?

- ഉറുമീസിന്റെ മച്ചമ്പിയാണെന്നു കൂട്ടിക്കോ.

രാത്രിയിൽ എന്റെ നേർക്ക് പാഞ്ഞുവന്നൊരു പന്നിപ്പഹയൻ ചെറു കണ്ണുകൾ തുറിച്ച് നമ്രശിരസ്കനായ് പറയുന്നു.

- സാറാണോ... രാത്രീല് മുറീല് ലൈറ്റ് കണ്ടു. ഞങ്ങളെപ്പറ്റി എഴു തുകയാണ് അല്ലേ?

- അതെ രാവ് ആയിരത്തൊന്നാണ്.

- എങ്കിൽ രണ്ടുവരികൂടി എഴുതണം. ഈ കാട്ടിനുള്ളിൽ പൂവിടരുന്നതു കാണുന്നോ. ചേരച്ചേട്ടന്മാർക്ക് ഇഴഞ്ഞ് കളിക്കാനും നീണ്ടുനിവർന്നുറങ്ങാനും ഒരസ്ഥിത്തറയുണ്ടിതിനകത്ത്; പൂഞ്ഞാർ മഹാരാജന്റെ വസന്തമണ്ഡപം. സാറതൊരു രസാലവനികയാക്കിക്കോ. ഷഹറാസാദിനേയും കൂട്ടി അങ്ങ് പോര്!

കണ്ടം ചെയ്ത പുരകളിലോരോന്നിലും ദുഃഖാർണ്ണവം - സർക്കാർ ജീവനം.

വരുന്നോകാട്ടിലേക്കെന്ന് ചേരയും ചോദിക്കുന്നു
ഞാൻ നടക്കുന്നു കാട്ടിലേക്ക്-
പച്ചിലക്കൂടാരത്തിൽ ഇതാ നിന്റെ കേളീഗൃഹം.
ജന്തുജാലങ്ങൾക്കിടയിൽ നിനക്കു രമിക്കാനൊരുരസാലവനിക.
ശ്രീമൂലവിലാസത്തപ്പന്റെ വക വസന്തമണ്ഡപം ജീർണ്ണിപ്പൂതാക!
ഇരവിൽ, മലഞ്ചരക്കുരിഞ്ഞിടുമ്പോൾ രാജനോതി-
പെണ്ണേ, നിന്റെ കഴുത്തിന് ഏലത്തിന്റെ മണമാണ്.
മാർത്തടത്തിന് കുരുമുളകിന്റെ രുചി
കിന്റലിന് പുകരാശി.. ഗാർബിൾഡ് അൺഗാർബിൾഡ്..

പിന്നെ, ജഘനത്തിൽ ഗ്രാമ്പൂ നിറയുന്നു.

നിന്നധരങ്ങളിലോ കറുവപ്പട്ടയുടെ എരി.

നിന്റെ ഉദരമറുകുകളിലോരോന്നിലും അകിലിന്റെയും ചന്ദനത്തിന്റെയും ഗന്ധം.

സ്വേദകണങ്ങളിൽ ഇഞ്ചിയും കറുകയും..

മലഞ്ചരക്കിനിപ്പോഴും ഹൈറേഞ്ചിന്റെ തിളക്കം.

യാഡ്‌ലിയും ഫെയർ ആന്റ് ലൗലിയും കാവേരിയും മണക്കുന്ന പെണ്ണിലേക്ക് ഈ മലയോരത്തുനിന്നു തന്നെയാണ് പഞ്ചനക്ഷത്രമുദിക്കുന്നത്.

അവധിവ്യാപാരം പൊടിപൊടിക്കും മുമ്പ് പെണ്ണേ, കടലുകൾ ഇരമ്പുന്നത് നിന്റെ സിരകളിലെന്നറിയുക.

വിരലുകൾ കൊണ്ട് കനൽകോരിയിടാതെ ഈ അഗ്നിമുഴുവൻ നമുക്ക് വിഴുങ്ങാമെന്ന് പ്രതിജ്ഞയെടുത്തതല്ലേ?

എന്നിട്ടുമെന്തേ ഈ കുളിർചാറും കരൾവിരിയും നേരത്തിങ്ങനെ..

നിനക്കു പേടിയായിരുന്നോ എന്നെ കാണാൻ; രസാലവനികയിലണയാൻ...

എന്നരികിലണയുന്നവർക്കൊരു പരിരംഭണം. പിന്നെ ഊർന്നുപോകുന്ന ഉടയാടകൾ. ഒടുവിൽ, എത്ര ഊതിയാലും ജ്വലിക്കാത്ത കനലിൽ വീണ് കത്താനാവാതെ പൊള്ളിക്കുടുന്നു പോകാൻ,

ഒടുവിലൊരടയാളം,

ചുണ്ടിലൊരു കുമിള-

ദംശനം.

സർപ്പത്തിന്റേതല്ല. ഇവിടെവിടുന്നു വിഷപ്പാമ്പ്? ഒക്കെയും ചേരയല്ലേ. കടി മറന്ന് കൈചുറ്റി ചുംബിക്കുന്ന തോഴന്മാർ.

ങാ, ചുണ്ടിൽ പല്ലുകൊള്ളുന്നത് എങ്ങനെ?

അക്കാലം ചോർന്നുപോയി പെണ്ണേ. വലത്തെ കോമ്പല്ലും കൊഴിഞ്ഞുപോയി.

പണ്ട് പണ്ട് കടൽവക്കത്തൊരു വാടകമുറിയിൽ കാമിനിയുടെ ചുണ്ടത്തു പല്ലുകോർത്ത് സന്ധ്യക്കൊരു നീലഛവിപകർന്ന ആ യാമങ്ങളും അവൾ ഓർക്കുന്നുണ്ടാവുമോ?

കുട്ടികൾ വലുതായിരിക്കുന്നു.

ഓർമ്മകളും വളർന്നിരിക്കുന്നു.

തിടുക്കപ്പെട്ട് ഭർത്താവിനെയും കുട്ടികളെയും ഒരുക്കി സ്കൂളിലേക്കു പോകുന്ന അദ്ധ്യാപികയുടെ ഗവേഷണകാലം.

സഹപാഠി.

കാമുകൻ.

കടൽ

ഹോട്ടൽമുറി

ചിരി

പിരിയൽ

കണ്ണീർക്കയം

- എന്താണമ്മേ കരയുന്നോ?

- അല്ല മോളേ, പൊടിവീണതാണ്.

- ഏത് സിനിമയിലെ രംഗമാണെടീ?

കാമുകൻ ചതിച്ച സിനിമകളെത്രയോ. കാമുകിയുടെ ഭാര്യാവേഷത്തിൽ അവൾക്കും വേണ്ടേ ചില പൂർവ്വകാലകലവികൾ.

അപ്പോൾ രസാലവനികയിൽ ആ ഗൃഹനാഥയുടെ കണ്ണീർ മഞ്ഞുതുള്ളിയായി ഇറ്റി.

പ്രിയനേ, കമ്പിളിപ്പുതപ്പിന് എന്തെല്ലാം അർത്ഥാന്തരങ്ങളാണ്.

പ്രിയേ, പരിരംഭണം ചെയ്യപ്പെടാനൊരു പകൽ അതും എന്നരികിലെത്തുമ്പോൾ നീ പ്രതീക്ഷിച്ചിരുന്നോ?

എഴുതാൻ വേണ്ടി. അതിനുവേണ്ടി മാത്രം മോഹങ്ങൾക്കൊരു നങ്കൂരം നമ്മൾ തീർത്തു. ഇപ്പോൾ രാവെത്ര?

രഹസ്യകാമനകളെ പുതപ്പിച്ചു പറയാനുള്ളതെല്ലാം പറയെന്റെ പൊന്നേ..

തണുപ്പാണു ചുറ്റും

മഴക്കാറുകളോ?

തണുത്തും വിറച്ചും ഞരമ്പാകെ കോച്ചിപ്പിടിച്ചാൽ കഷ്ടം; നമുക്കാകെ നഷ്ടം!

ത്രസിക്കുന്ന മാംസക്കൊഴുപ്പിന്റെ വിരലുകൾ നിന്റേതല്ല.

അടുക്കള വേലചെയ്തും മുളകുപറിച്ചും തടം കുത്തിയും തൂമ്പ പിടിച്ചും കാട്ടാറിൽ അലക്കിയും നിന്റെ വിരലുകൾ സുഖദസ്പർശങ്ങൾക്ക് അന്യം നില്ക്കുന്നു.

വിതറാൻ ഈസ്റ്റേണില്ലേ?

കറികലക്കികുടിക്കുവോളം മതി.

പച്ചിലത്തോർച്ചയാണ്, നിന്റെ ഉടലാകെ.

രസാലവനികയിൽ നീയണഞ്ഞപ്പോഴേ ശ്രദ്ധിച്ചുപെണ്ണേ.

ദുർമേദസ്സകന്ന ശരീരത്തിനെന്തിനാണീ ആർഭാട ശോണിമ?

തൊട്ടാൽ പൊട്ടുന്ന ചുണ്ടുകൾ കീഴ്മേൽ മറിയുന്നു, പാരവശ്യതടാകക്കയങ്ങളിൽ.

നിന്റെമേൽ കിതച്ചു ഞാനിറങ്ങിയിരുന്നെങ്കിൽ നമുക്കിങ്ങനെ സ്വപ്നം കാണാനാവുമായിരുന്നോ?

ഒരു നിമിഷാർദ്ധത്തിൽ വിരക്താലസ്യത്തോടെ തിരിഞ്ഞു കിടന്ന് ഞാൻ മന്ത്രിക്കുകയായിരുന്നു.

ഇനി വേണ്ട നിൻകനിവൊക്കെയും ഒരു തുള്ളിപോൽ വ്യർത്ഥം.

സുരതത്തിനും ദുഃഖത്തിനും ഒരേ തുള്ളിയുടെ ആയുസ്സുമാത്രം.

തമ്മിൽ സ്പർശിക്കാതെ ആ തടാകം ഒഴുകുന്നതെങ്ങോട്ട്?

ആയിരത്തൊന്നു രാവുകളിലണഞ്ഞ ഷഹറാസാദ് പറഞ്ഞു.

– നിങ്ങളുടെ സമീപത്തേക്കു വരുമ്പോൾ എനിക്കു പേടിയാണ്.

– എന്തിന്?

– പാപബോധം

– എന്തുകൊണ്ട്?

– നിഷേധിക്കാനെനിക്കു വയ്യ.

വിധേയത്വം. പിന്നീട് വീണ്ടുവിചാരം. പാപചിന്ത.

നിരുപാധികം സ്വതന്ത്രമാക്കപ്പെടുന്ന തടവുപുള്ളിയുടെ ആഹ്ലാദമായിരുന്നുവോ നിനക്ക്. അതോ അലയൊടുങ്ങാത്ത ഒരു കടലൊതുക്കുന്ന വ്യഗ്രതയിൽ രാത്രി തള്ളിനീക്കുകയായിരുന്നോ?

കുരിശുവരച്ചുകൊണ്ട് രസാലവനികയിൽ നിന്നൂർന്നു പോകുകയായിരുന്ന അവൾക്ക് അക്കൊല്ലത്തെ വിളകൾ മെച്ചമായിരുന്നു. മുളകും ജാതിക്കായും കൊണ്ട് പറമ്പു നിറഞ്ഞുകൊണ്ടിരുന്നപ്പോൾ ലീലാമ്മയുടെ സ്തുതിയിൽ നിന്ന് നോവലിസ്റ്റ് തുടങ്ങി.

രസാലവനികയിപ്പോൾ ശബളാഭമായൊരു പൊയ്കയാവുകയാണ്. സ്ഫടികക്കുളിരിൽ ഋതുക്കൾ വരവറിയിക്കുകയും രാഗശോണിമയിൽ വർണ്ണ മത്സ്യങ്ങൾക്കൊപ്പം ഹൈറേഞ്ചിലെ കന്യകമാർ നീരാട്ടുനടത്തുകയും ചെയ്യുന്നു. ക്രമേണ അതെന്റെ മുറിയാവുകയാണല്ലോ.

സർഗ്ഗപ്രഭാവത്തിന്റെ ചക്രവർത്തീ നീ വിരാജിക്കുന്നു; ചെങ്കോലും മരവുരിയുമായി.

കുറ്റിക്കാട്ടിലെ ജന്തുക്കളെ പ്രജകളാക്കാതെ എനിക്കെങ്ങനെ കൃതി മുഴിമിപ്പിക്കാനാവും?

ഷഹരിയാർ രാജാവാണ് ഞാൻ.

പെണ്ണേ, സുരതം കഴിഞ്ഞാൽ നീ ഒരധികരേഖ.

മാർജിനിൽ നിന്ന് മാറിക്കിടശട

ആയിരത്തൊന്നിൽ ഈ രാവെത്ര?

കഥ പറഞ്ഞ് നീ രക്ഷപ്പെട്.

ഒരു സിഗരറ്റ് കത്തിച്ച് രസാലവനികയുടെ കിളിവാതിലിൽ വന്നു നില്ക്കുമ്പോൾ കേഴ എന്നോടു മന്ത്രിച്ചു.

– വെളുക്കുംവരെ മുറിയിൽ ലൈറ്റു കണ്ടല്ലോ. പന്നിച്ചേട്ടന്മാര് രാധാകൃഷ്ണന്റെ കൃഷിത്തോട്ടം കുത്തിമറിക്കാൻ ഒരുമ്പെട്ടവിടെ നില്പുണ്ടായിരുന്നു. വെളിച്ചം കെടുത്തിയിട്ടു വേണ്ടേ?

– എഴുതുകയായിരുന്നു.

– എന്നതൊക്കെ?

– നിങ്ങളെപ്പറ്റിതന്നെ.

– ഞങ്ങളെപ്പറ്റി എന്തെഴുതാനിരിക്കുന്നു. ഒരു കേഴയ്ക്ക് തുള്ളിച്ചാടാൻ ദേവികുളത്തെ പൊന്തക്കാട് മതിയെന്നായിരിക്കുന്നു, ഒടുവിൽ ഇതു തന്നെ ലോകമെന്നു കരുതും. ഭർത്താവിനേം പിള്ളാരേം നോക്കി ഇവിടെത്തന്നെയങ്ങ്...

ജന്തുക്കളോരോന്നായി ആവലാതികളുമായി ജനാലയ്ക്കരികിൽ

വന്നു. ഓരോരുത്തരോടായി സംസാരിച്ചു നില്ക്കവേ, പുറംവാതിലിൽ കൂടി പശുക്കുട്ടി അല്ലെങ്കിൽ ശാന്തനയനങ്ങളുള്ളൊരു നായ എന്റെ സമീപത്തേക്ക് കടന്നുവരും. എന്നിട്ട് ഓരോ പരിഭവങ്ങൾ അവരും പറയും കരയും. അവരോടൊപ്പം ചിലപ്പോൾ ചേരയും സങ്കോചത്തോടെ ഇഴഞ്ഞു വന്ന് ചുരുണ്ടുകിടക്കുകയും പിന്നെ അങ്ങോട്ടുമിങ്ങോട്ടും പുളഞ്ഞ് എന്റെ കാലിൽ ചുറ്റിക്കളിക്കുകയും ചെയ്യും.

ചിരിച്ചുകൊണ്ടുമാത്രമേ അവറ്റകൾ രസാലവനിക വിടാറുള്ളൂ. പോകുന്നേരം ചേരപ്പഹയൻ വാലുകുത്തിച്ചാടി ഉത്സുകനാകാറുമുണ്ട്.

ഒരിക്കൽ മുള്ളൻ പന്നി ജനാലയ്ക്കു പുറത്തുനിന്നു പറഞ്ഞു.

- എനിക്കും വരണമെന്നൊണ്ട്. പക്ഷേ, സങ്കടങ്ങളൊന്നുമില്ലല്ലോ. പറയാൻ. സാറിനെഴുതാൻ മാത്രമൊരു ജീവിതകഥ എന്റെ പക്കലില്ല. എങ്കിലും ഞങ്ങൾക്ക് ഈ മുറീലെ വെളിച്ചം കണ്ടോണ്ടിരിക്കണം.

രസാലവനികയിലെ ദീപപ്രളയം.

അപ്പോൾ രാവായി.

ആയിരത്തൊന്നാമത്തെ രാവുമായി.

അവൾ കഥ തുടർന്നു -

നീയും ഞാനും എന്തൊക്കെയാണു പൊന്നേ പറഞ്ഞത്?

പറഞ്ഞതല്ല പ്രവർത്തിച്ചത്?

ധമനി പൊട്ടിച്ച് കാമിനി രക്തക്കുളത്തിൽ മുക്കിളിയിടുന്നു.

കാമുകനോ പൊന്നമ്മയുടെ നെഞ്ചത്ത്..

പിന്നെ, ലോക്കപ്പിനകത്ത്.

ഒച്ചിന്റെ വേഗത്തിലാണ് വിചാരണ നീണ്ടത്. അവധികൾ... അവധികൾ.. അവധികൾ. അവധിക്കളങ്ങളിൽ വീണു കാലിടറുന്ന കാമുകാ, കാണുകീ സഹനവ്യാമോഹക്കടുംകൈകൾ.

എവിടുന്നാണ്?

കഥയിൽ ചോദ്യമില്ല.

ഒരുവളതാ മുടിമുറിക്കുന്നു...

ഒരുവളതാ മുലമുറിക്കുന്നു

ഒരുവളോ, കത്തി ചങ്കിൽ ചുഴറ്റുന്നു.

ഒരുവൾ ശ്വാസം കരത്താൽ മുറുക്കുന്നു

ഒരുവൾ മൂക്കറത്തുകാട്ടുന്നു

അവൾ കുടൽ കാട്ടുമ്പോൾ അത് വാഴനാരാണെന്ന്, അവൻ..

ഹൃദയം തുറക്കാനൊരിരട്ടവരയൻ നോട്ട്ബുക്ക് ആവശ്യമാണ്. അതിൽ ഉരുട്ടിയെഴുതാൻ സഹനത്തിന്റെ പ്രകടനപത്രികയും തയ്യാർ.

നീയെന്തിന് വിളക്കും തെളിച്ചവിടങ്ങനിരുന്നെഴുതുന്നു...

നീയും വാ, നമ്മളോടൊപ്പം. ഈച്ചക്കാലിന്റെ കാരുണ്യം പോലുമില്ലാത്ത മത്സ്യജന്മം നിനക്കെന്തിന്? പെണ്ണുങ്ങളുടെ ശാപം വീണ് നീ മുടിയും. ഈ ശാപമൊക്കെ നീ എവിടെക്കൊണ്ടു ചെന്നു കെട്ടും?

നേരം പുലർന്നിരിക്കുന്നു.

ഷഹറാസാദ്, ഒന്നിക്കാത്ത ഇന്നലകളെ ഓർത്ത് നീ ആയിരത്തൊന്നു രാവുകളിലേക്കു തന്നെ മടങ്ങുക.

ഷഹരിയാർ മനുഷ്യജന്മം ഉപേക്ഷിക്കുകയായി.

പുല്ലാംകുഴലിൽ ജാസ്മിൻ മെരുക്കിയെടുത്ത കാട്ടുപന്നിയുടെ ജന്മത്തിലേക്ക് കടക്കുകയായി.

ഷഹറാസാദ് ഒന്നുകൂടി.

ഉടലൊരു നെയ്യാമ്പലായി നീ ചന്ദ്രരശ്മിതേടുമ്പോൾ, ഓർക്കുകീ രസാലവനികയിലൂയലാടുന്നൊരു യൗവനകാംക്ഷിയെ...

(2003)

തട്ടാത്തിക്കുടി

ശാരദ എഴുതിപൂർത്തിയാക്കുന്നതിന് മുമ്പ് മലബാറിൽ ദിവംഗതനായ ഒ ചന്തുമേനോനെയാണോ, കർഷകസംഘത്തിന്റെ ശക്തമായ കുടിയിറക്കൽ പ്രക്ഷോഭത്തെ തുടർന്ന് തട്ടാത്തിക്കുടിയിൽ കുടിയിറക്കപ്പെട്ടവരുടെ നിജസ്ഥിതിയറിയിക്കാൻ അന്വേഷണ കമ്മീഷനായി നിയമിച്ചത്?

ആയിരത്തിത്തൊള്ളായിരത്തിൽ ദിവംഗതനായ ചന്തുമേനോൻ ജഡ്ജി ആയിരത്തിത്തൊള്ളായിരത്തി അമ്പത്തെട്ട് ജൂൺ മാസം ഹൈറേഞ്ചിൽ അന്വേഷണത്തിന് വന്നെന്നു തന്നെയാണ് ഞാൻ കരുതുന്നത്. സ്വർഗ്ഗത്തിൽനിന്ന് വിളിച്ചിറക്കി അദ്ദേഹത്തെ കൊണ്ടു വന്നതുതന്നെ. അന്ന് ഞാൻ കോതമംഗലത്തു നിന്ന് കാറിൽ കയറ്റിയാണ് ഒ ചന്തുമേനോൻ ജഡ്ജിയങ്ങത്തിനെ തട്ടാക്കുടിയിലെത്തിച്ചത്.

ഞാൻ ഒന്നര നോവലേ ജീവിതത്തിലാകെ വായിച്ചിട്ടുള്ളൂ. ഒ ചന്തുമേനോന്റെ ഇന്ദുലേഖയും ശാരദയും. ആ രണ്ടു പുസ്തകോം പലതവണ വായിച്ചു. അങ്ങനാ മൂത്ത മോൾക്ക് ഇന്ദുലേഖയെന്നും ഇളയവൾക്ക് ശാരദയെന്നും ഞാൻ പേരു കൊടുത്തത്. ഇടയ്ക്കുള്ള ആൺതരിക്ക് മാധവനെന്നും.

എനിക്കന്ന് വയസ്സ് മുപ്പത്. ചന്തുമേനോൻ അങ്ങത്ത് അന്വേഷണക്കമ്മീഷനായി വന്നപ്പം മുന്നൂറ്റി മുപ്പത്തൊമ്പത് കുടുംബങ്ങളിൽ അമ്പത്തൊന്നു കുടുംബങ്ങൾ മാത്രമാണ് ആയിരത്തിത്തൊള്ളായിരത്തി അമ്പത്തേഴ് ഏപ്രിൽ ഇരുപത്താറാം തീയതിക്കു മുൻപ് കുടിയേറിയത്. ചന്തുമേനോൻ അങ്ങത്ത് വിശദമായി റിപ്പോർട്ട് എഴുതിക്കൊടുത്തതാ.

ഹൈറേഞ്ചിൽ കൈയേറ്റം നടന്നുകൊണ്ടിരുന്ന കാലമാ അത്. വനങ്ങളിലേക്കങ്ങ് കേറും. ഞാനും അങ്ങനെ കേറിയതാ. എന്നാൽ എന്റെ പണി ഡ്രൈവിങ്ങും. എന്റെ അനിയന്മാരും ചേട്ടന്മാരുമെല്ലാം വനംവെട്ടി കൃഷിയാ. ഞാൻ കോതമംഗലത്ത് വി ഐ പികളെ എത്തിക്കാനുള്ള

ഡ്രൈവറും. കമ്യൂണിസ്റ്റായതുകൊണ്ട് എന്നെ വേണം സഖാക്കൾക്ക് ഡ്രൈവറായി ഹൈറേഞ്ചിലേക്കു വരാൻ.

ഇ എം എസ് മുഖ്യമന്ത്രിയായപ്പോ ഞാൻ വിചാരിച്ചു ഒരു കലക്കു കലക്കുമെന്ന്. അന്ന് മന്ത്രിസഭയിലുള്ളവരും എം എൽ എമാരും അവര വരുടെ വണ്ടീല് കോതമംഗലത്തുവരും. അതുകഴിഞ്ഞാ ഈ വ്യോമ കേശനാ ഡ്രൈവറ്. ഹൈറേഞ്ചിലേക്ക്. എല്ലാരും വ്യോമകേശനെവിടേന്ന് അന്വേഷിക്കും.

എനിക്ക് കൃത്യമായി ഓർമ്മയുണ്ട്. ആയിരത്തിത്തൊള്ളായിരത്തി അറുപത്തി ഒന്ന് മാർച്ച് പതിമൂന്നാം തീയതി ഒപ്പുവച്ച സർക്കാർ ഉത്തര വാണ്. അയ്യപ്പൻ കോവിലിലും കോന്നിയിലും മൂന്നു ഡെപ്യൂട്ടി കളക്ട റന്മാരെ സർക്കാർ നിയമിച്ചു.

അന്വേഷണക്കമ്മീഷനു വന്ന ശേഷം ചന്തുമേനോനങ്ങത്തിന്റെ ഡ്രൈവറായിരുന്നു ഞാൻ. കമ്മീഷൻ കാലാവധി കഴിഞ്ഞ് ചന്തുമേനോൻ ജഡ്ജി സ്വർഗ്ഗത്തിലേക്കാണു പോയത്.

പോകുന്ന വഴിക്ക് ജഡ്ജി അങ്ങത്തേ ശാരദ എഴുതിപ്പൂർത്തിയാക്കി ക്കൂടേന്ന് ഞാനൊന്നു ചോദിച്ചു. ഭൂമീ വന്ന് ഒരു തർക്കം പരിഹരിച്ചു പോകുന്ന സന്തോഷത്തില് അവളെ അനാഥമാക്കി വിട്ടിട്ടു പോകണോന്ന്.

ചന്തുമോനോൻ അങ്ങത്ത് ഒന്നു കുലുങ്ങിച്ചിരിക്കുക മാത്രം ചെയ്തു.

നീ ഇന്ദുലേഖ വായിച്ചിട്ടില്ലേ അതിലേത് ഭാഗമാ നിനക്കിഷ്ടപ്പെട്ട തെന്നൊരു ചോദ്യോം.

ഞാനങ്ങു തട്ടിവിട്ടു പതിനെട്ടാം അദ്ധ്യായമെന്ന്.

എന്തു തങ്കപ്പെട്ട മനുഷ്യനാണെന്നോ. തിരിച്ചു സ്വർഗ്ഗത്തിൽ കൊണ്ടു ചെന്നാക്കിയതും ഞാനാ.

ഹൈറേഞ്ചു കഴിഞ്ഞതും വണ്ടി നിർത്താൻ പറഞ്ഞു. രണ്ടു രൂപ തന്നു. ഇനി മടങ്ങിപ്പൊയ്ക്കൊള്ളാൻ പറഞ്ഞതും, പിന്നെ അങ്ങത്തിന്റെ പൊടിപോലും കണ്ടില്ല. നല്ല മനുഷ്യരങ്ങനാ.

സഖാവ് എ കെ ജിയും എന്റെ വണ്ടീലാ അമരാവതീ വന്നത്. ആന്റി കമ്യൂണിസ്റ്റായ ഫാദർ വടക്കനും. പിന്നെ പ്രസംഗം. നിരാഹാരം. എ കെ ജിയാണേ നേതാവ്. എന്തൊരു തങ്കപ്പെട്ട മനുഷ്യൻ. മുണ്ടു മടക്കിക്കുത്തി ഒറ്റച്ചാട്ടമാ. പുലിപോലാ പൊലീസുകാരോടു ചീറുന്നേ. സമരം തീർന്നപ്പം കുടിയിറക്കപ്പെട്ടവരുടെ തോളത്തു കൈയിട്ടു കഞ്ഞികുടിച്ചു കൊണ്ടിരി ക്കുന്ന സഖാവിന്റെ മുഖമാ എന്റെ മനസ്സു നിറയെ. എ കെ ജിയില്ലായിരു ന്നെങ്കിൽ കാണാമായിരുന്നു. അമരാവതീമില്ല. തട്ടാത്തിക്കുടീമില്ല.

അന്ന് അയ്യപ്പൻ കോവിൽ റേഞ്ചിൽപ്പെട്ട തട്ടാത്തിക്കുടിയിലാ ആളു കളെല്ലാം കുടിയേറിത്താമസിക്കുന്നത്. ഏതാണ്ട് മുന്നൂറു ഹെക്ടറോളം വരുന്ന വനഭൂമി. ഒരു സുപ്രഭാതത്തിൽ എല്ലാരേം കുടിയൊഴിപ്പിക്കാൻ തീരുമാനിച്ചാൽ.. എങ്ങനെ തീരുമാനിക്കാതിരിക്കും. കാടെല്ലാം വെട്ടിവെ ടിപ്പാക്കി കൃഷിയിടങ്ങളായാൽ സർക്കാരു നോക്കി നില്ക്കാൻ പറ്റുമോ. അതല്ലേ ശേല്. കുടിയിറക്കപ്പെട്ടവരെ കുമിളി റേഞ്ചിലെ അമരാവതീൽ

പുനരധിവസിപ്പിക്കുന്നതിനാ ഉത്തരവ്.

എന്നാൽ ഏമാന്മാര് പുനരധിവാസ സൗകര്യങ്ങൾ പൂർത്തിയാക്കുന്നതിനു മുമ്പു തന്നെ കുടിയൊഴിപ്പിക്കലാരംഭിക്കുകേം ചെയ്തു. ഇന്നത്തെപ്പോലെ മറയത്തരം. ഉത്തരവ് കല്ലേപ്പിളർക്കാനുള്ള വ്യഗ്രത. അമരാവതീലൊണ്ടോ സ്ഥലം തെകയുന്നു. ഓടടാ ഓട്ടം. പിന്നെ പീരുമേടിനടുത്തുള്ള തട്ടാത്തിക്കാനം എന്ന കുട്ടിവനോം വളഞ്ഞാംകാനം റിസർവ്വ് വനോം വെട്ടിത്തെളിച്ച് റവന്യൂ വകുപ്പിനെ ഏല്പിച്ചു. അവരല്ലേ പതിച്ചു തരേണ്ടത്.

ഫോറസ്റ്റിനു എന്തൊരു പവറായിരുന്നെന്നോ. അങ്ങനെ നമ്മുടെ വനസംരക്ഷണത്തിന് ആരംഭിച്ച കുടിയൊഴിപ്പിക്കൽ വനം വെളുപ്പിക്കലായീന്നു പറഞ്ഞാൽ മതിയല്ലോ. ഇത് ഞാൻ പറയുന്നതല്ല. മലയാറ്റൂർ സാർ വണ്ടീപ്പോവുമ്പം സ്മാളൊഴിച്ചോണ്ടു പറഞ്ഞതാ. എന്തൊക്കെ കഥയാ ദേവികുളം ഗസ്റ്റ് ഹൗസിൽ എഴുതാൻ പോകുമ്പം മലയാറ്റൂർ സാറു പറയുന്നത്.

ഞാൻ ചന്തുമേനോൻ ജഡ്ജി അങ്ങത്തിന്റെ കാര്യവും പറഞ്ഞു. സ്വർഗ്ഗത്തീന്ന് നേര്യമംഗലം പാലത്തിന്റെ വക്കത്തു വരുന്നതും, ഞാൻ വണ്ടീം കൊണ്ട് ഹൈറേഞ്ചിപ്പോന്നതും.... അതുകേട്ട് മലയാറ്റൂർ സാർ പറയും, സർക്കാർ ഉത്തരവുകളും പഴം പുരാണങ്ങളും മാത്രമല്ല. അവിശ്വസനീയമായ നിഗൂഢതകളും വ്യോമകേശൻ നായര് പറയാറുണ്ടല്ലോ...

ഭരണകാര്യങ്ങളിലെന്തൊരു കരുത്തനായിരുന്നു സാറ്. കരുത്തന്മാര് ഏറെക്കാലം ഡിപ്പാർട്ടുമെന്റിൽ വാഴത്തില്ല. പ്രായം തികയും മുൻപ് അദ്ദേഹം സർവ്വീസു വിടുമ്പം ഞാൻ കരഞ്ഞു. എന്തു തങ്കപ്പെട്ട മനുഷ്യനാ. ഐ എ എസിന്റെ ഒരു ഭാവോമില്ല.

അമരാവതിയിലേക്ക് കുടിയിറക്കപ്പെട്ടവരെ പുനരധിവസിപ്പിക്കാൻ ശ്രമിച്ചത് ഏതായാലും ശരിയായില്ല. മഴ കുറഞ്ഞ ചരിഞ്ഞപ്രദേശമാ, അമരാവതി, കൃഷി ചെയ്യാനൊക്കുന്ന മണ്ണല്ല. തേക്ക് നന്നായി വളരും തേക്കെന്നു പറഞ്ഞാ മുഴുത്ത തേക്ക്. മരങ്ങൾ മുറിച്ച് തടികൾ ശേഖരിക്കുന്നതിനു മുമ്പേ കുടിയൊഴിപ്പിക്കപ്പെട്ട കുടുംബങ്ങളും എത്തി. സൗകര്യങ്ങളില്ല. പ്രതിഷേധമായി. അങ്ങനെ സാക്ഷാൽ എ കെ ജി വന്ന കഥയൊക്കെ ഞാൻ പറഞ്ഞല്ലോ.

സഖാവിനോട് ഒന്നു സംസാരിച്ചാൽ മതി. നമ്മള് വീണുപോവും; അദ്ദേഹത്തിന്റെ വായേല്. സമരം തീർന്ന് പിന്നൊരിക്കല് ഞങ്ങള് സവാരി വന്നപ്പോ എ കെ ജിയോടൊപ്പം വേറേം മൂന്നാലാളുകളുണ്ടായിരുന്നു. എനിക്കാണെങ്കിൽ ഉത്സാഹോം. ഇന്നത്തെപ്പോലല്ല. ഒരുചായ്ച്ച കൂരേക്കേറിയാ കാപ്പികുടി.

ചന്തുമേനോൻ അങ്ങത്ത് തൊട്ടിങ്ങോട്ട് ഞാനാ ആപ്പീസറന്മാരെ വനത്തിൽ കൊണ്ടു പോകുന്നതെന്നു ഞാനും ജനനേതാക്കളേം എന്ന് എ കെ ജി സഖാവും പറഞ്ഞു പറഞ്ഞ് ഞങ്ങള് യാത്രയാവുമ്പോഴുണ്ട് ഒരാന. എന്തു ചെയ്യും? മുമ്പേം പിമ്പേം പോകാൻ വയ്യ. സഖാവാണെ

ങ്കിൽ മടത്തുകെട്ടി ജീപ്പിനു പുറത്തേക്കൊരിറക്കോം. കമ്യൂണിസം ആന യോടു വേണ്ടെന്നു ഞാനും. പക്ഷേ, സഖാവ് കേൾക്കേണ്ട. ഞങ്ങളെല്ലാം എന്തു ചെയ്യണമെന്നറിയാതെ വിയർത്തു നില്ക്കുമ്പോൾ സഖാവ് ആനയെ ഒരു നോട്ടം പിന്നൊന്നു ചിരിച്ചു. പറഞ്ഞാൽ വിശ്വസിക്കില്ല. ആന പിന്നോട്ടു കാലുകൾ വച്ച് ഇടക്കാട്ടിലേക്കു ഒരോട്ടം വച്ചു കൊടുത്തു. ഞാൻ പറയുമ്പോൾ നിങ്ങൾക്ക് വിശ്വാസം വരില്ല. ഞാനൊരു ബഡായി ക്കാരനാണെന്നാവും നിങ്ങളുടെ തോന്നൽ.

ചന്തുമേനോൻ അങ്ങത്ത്, നേര്യമംഗലത്ത് വണ്ടിനിർത്തി പെരിയാ റിലൊന്ന് നീന്തിയാലോന്ന് ഒരിക്കൽ പറഞ്ഞു. എന്റെ കണ്ണങ്ങ് തള്ളി പ്പോയി. ഇങ്ങനെയും മനുഷ്യരോ. നമുക്കൊരു ദിവസം നീന്താമെന്ന് ഞാനും സമ്മതിച്ചല്ലോന്ന് അങ്ങത്തും.

ആയിരത്തിത്തൊള്ളായിരത്തി ഇരുപത്തിനാലിലാ നേര്യമംഗലം പാലം വരുന്നത്. പാലം വരുന്നതിനു മുമ്പ് തട്ടേക്കാട്ടുള്ള കടത്തിക്കൂടാ യാത്ര. പെരിയാറിന്റെ അക്കര കടന്ന് കുട്ടൻപുഴ, പൂയങ്കുട്ടി, മാങ്കുളം ലക്ഷ്മി തോയിലത്തോട്ടം വഴി പഴയ മൂന്നാറിലേക്ക് ഒരു റോഡ്. പട്ടംതാ ണുപിള്ള സാറ് അഞ്ചേക്കറും കൈയീപ്പിടിപ്പിച്ച് തിരുവിതാംകൂറീന്ന് കേറ്റി വിട്ടതല്ലേ ഹൈറേഞ്ചിലേക്ക്. അന്നേ കേറിയതാ ഞങ്ങടെ അച്ഛൻ വകേല്. അന്നുതൊട്ടേ തുടങ്ങിയതാ ഹൈറേഞ്ചിനോടൊരു ആത്മബന്ധം. വണ്ടി പ്പണിയാണേലും എല്ലാ തീയതികളും ആളുകളേം ഓർമ്മയാ എനിക്ക്. നാല്പത്തെട്ടിൽ കൊടയത്തൂരിൽ ഉരുൾപ്പൊട്ടലു നടക്കുമ്പം അന്നത്തെ റവന്യൂ മന്ത്രിയെയും കൊണ്ട് ഞാനൊരു പോക്കായിരുന്നു. കൊടയത്തൂര് വനഭൂമിയല്ലന്നേ. കൃഷിസ്ഥലങ്ങളാ. സമുദ്രനിരപ്പീന്ന് അഞ്ഞൂറു മീറ്റർ വരെ ഉയരമാ. കീഴ്ക്കാംതൂക്കായിട്ടങ്ങനെ കിടത്ത. മണ്ണിന് ആഴോം കുറവ്. അടീല് പാറേം. തുടർച്ചയായി രണ്ടു ദിവസം മഴ നിന്നാമതി വെള്ളമിറ ങ്ങും. മഴ ഒരാഴ്ച നിന്നാ വെള്ളത്തോടൊപ്പം മണ്ണും ഇടിയും. അതു മന സ്സിലാക്കാൻ ജിയോളജിക്കാരുടെ ആവശ്യമൊന്നുമില്ല. ഇപ്പോ എല്ലാം ഇടിഞ്ഞു കഴിഞ്ഞില്ലേ, കാരണം പറയണത്.

തൊള്ളായിരത്തി അറുപത്തിനാല് ഫെബ്രുവരി ഇരുപത് മറക്കില്ല ഞാൻ. അന്നാ, കീരിത്തോട്ടെ കുടിയൊഴിപ്പിക്കല്. അഞ്ഞൂറ്റൊന്ന് കുടും ബങ്ങളെ ഒഴിപ്പിക്കാൻ സർക്കാർ ഉത്തരവ്. ചുരുളികീരിത്തോടിന്റെ കിഴ ക്കൂന്ന് തീപ്പന്തോം കൈയിലേന്തി ജനപ്രവാഹമാ. പൊലീസാണെങ്കിൽ ലാത്തിച്ചാർജ്ജും കണ്ണീർ വാതകോം. സ്ത്രീകൾ കുട്ടികളോടൊപ്പം രക്ഷ പ്പെട്ടു. അന്നും വന്നു എ കെ ജി. ജോൺ മാഞ്ഞൂരാനും ബി വെല്ലിങ്ടണും എത്തി. എല്ലാരും നിരാഹാര സത്യഗ്രഹം.

സമരം കഴിഞ്ഞ് പോരുമ്പം ഞാൻ വണ്ടീന്ന് ഇന്ദുലേഖ എടുത്തു വായിക്കാൻ കൊടുത്തു. അപ്പോൾ ജോൺ മാഞ്ഞൂരാൻ ചോദിക്കുകയാ മാർത്താണ്ഡവർമ്മ എവിടേന്ന്? അന്നാണ് ഞാൻ അറിയുന്നത് രാജാവി നെപ്പറ്റിയും നോവലുണ്ടെന്ന്.

അറുപത്തിരണ്ടിൽ രാധാകൃഷ്ണമേനോൻ സാറ് വരുമ്പോ ഞാനാ

ഡ്രൈവറ്. റിപ്പോർട്ട് ശരിപ്പെടുത്താൻ ഒരാഴ്ച സാറ് അവിടുണ്ടായിരുന്നു. വളഞ്ഞാംകാനം റിസർവ്വിലെ ചോലവനങ്ങള് യാതൊരു കാരണവശാലും തെളിക്കരുതെന്നായിരുന്നു സാറിന്റെ റിപ്പോർട്ട്. വനാന്തരത്തിൽ ഒറ്റപ്പെട്ടു കിടക്കുന്ന പ്രദേശമാ ചുരുളികീരിത്തോട്. വനസംരക്ഷണത്തിനുവേണ്ടി അവിടുന്ന് കൈയേറ്റക്കാരെ ഒഴിപ്പിക്കാനാ നിയമം വന്നത്. രാഷ്ട്രീയക്കാര് അങ്ങോട്ടും ഇങ്ങോട്ടും കളിച്ച് കുട്ടിച്ചോറാക്കിയെന്നൊന്നും ഞാൻ പറയില്ല. എന്തായാലും കുട്ടിച്ചോറു പരുവമായി.

കീരിത്തോട് റിപ്പോർട്ട് തയ്യാറാക്കാൻ വന്നപ്പോഴാ മേനോൻ സാറിനെ അട്ടകടിച്ചത്. നല്ല വെളുവെളുത്ത ശരീരം. നോക്കുമ്പോഴാണ് കാലിക്കൂടി ചോരയൊഴുകുന്നു. അട്ടയെന്നാ വച്ചാ എന്തൊരട്ടയാ. കടിക്കുമ്പോ അറിയത്തില്ല. ശരീരത്തിന്റെ പല ഭാഗത്തുനിന്നും ചോര വരുമ്പോഴാണ് രക്തം കുടിച്ച അട്ട വീർത്തു വീഴുന്നതു കാണുന്നത്. കടിക്കുമ്പഴേ അറിഞ്ഞാ ഉപ്പുവച്ച് പിടിവിടുവിക്കാം. അന്വേഷണത്തിനു വന്ന സാറന്മാരെ ഒന്നിനേം അട്ട വെറുതെ വിട്ടിട്ടില്ല. അതുകൊണ്ടാണോന്നറിയില്ല. ഒരിക്കലിവിടെ അന്വേഷണത്തിനു വന്നവരൊന്നും പിന്നെ വരാറില്ല. എന്റെ ചന്തുമേനോൻ അങ്ങത്തല്ലാതെ...

രാധാകൃഷ്ണ മേനോൻ കമ്മിറ്റിയുടെ റിപ്പോർട്ട് എന്താണെന്നുവച്ചാൽ ഓരോ ഡിവിഷനിൽപ്പെട്ട കൈയേറ്റഭൂമികളുടെ വിവരണങ്ങൾക്കൊപ്പം കുടിയൊഴിപ്പിച്ചെടുക്കേണ്ട സ്ഥലങ്ങളുടെ പട്ടികയും കൊടുത്തിരുന്നു. അക്കൂട്ടത്തിൽ ഒന്നായിരുന്നു നൂറോളം കുടുംബങ്ങൾ താമസിച്ചിരുന്ന ചുരുളികീരിത്തോട് പ്രദേശം. വനത്തിനിടയിൽ ഒറ്റപ്പെട്ടൊരു പ്രദേശം. വനംവകുപ്പിന്റെ ഭാഷേല്, പോക്കറ്റ്. കുടിയൊഴിപ്പിക്കലിനുള്ള ചുമതല ഡെപ്യൂട്ടി കളക്ടർക്ക്. അദ്ദേഹത്തിനുണ്ടോ ചുമതല നിർവ്വഹിക്കാനാവുന്നു. നേതാക്കന്മാരിളകി. പിന്നെ വകുപ്പു മന്ത്രിയെക്കാണുന്നു. ചർച്ച. ബഹളം. കോലാഹലം. ഇത് പോക്കറ്റായി കിടക്കുന്നതു കൊണ്ടല്ലേ, കുടിയൊഴിപ്പിക്കാൻ തീരുമാനം. പോക്കറ്റല്ലാതാക്കാൻ എത്ര കുടുംബങ്ങളെക്കൂടി താമസിപ്പിക്കണമെന്ന് ഒരു പ്രമുഖ നേതാവിന്റെ ചോദ്യം.

എവിടംവരെ എത്തി കാര്യങ്ങള്.

പട്ടം താണുപിള്ള അദ്ദ്യേം അഞ്ചേക്കറും പിടിപ്പിച്ച് ഹൈറേഞ്ചിലോട്ടു കേറിക്കോളാൻ പറഞ്ഞപ്പം മദ്ധ്യതിരുവിതാംകൂറിലെ ഓരോ വീട്ടീന്നും ഒന്നും രണ്ടും ആളുകൾ വച്ച് വാക്കത്തിയും കൊണ്ട് കയറിയതാ. പിന്നീട് കാര്യങ്ങളുടെ കെടപ്പ് ഇങ്ങനെയായി.

ങാ, കീരിത്തോടിന്റെ കാര്യമാ പറഞ്ഞുവന്നത്. കുടിയൊഴിപ്പിക്കൽ സംബന്ധിച്ച വനംവകുപ്പു തയ്യാറാക്കിയ കുടുംബങ്ങളുടെ ലിസ്റ്റിൽ പരാതി വന്നപ്പോൾ ഡെപ്യൂട്ടി കളക്ടറുടെ മേൽനോട്ടത്തിൽ കൈയേറ്റങ്ങളുടെ എണ്ണമെടുപ്പായി. അപ്പോഴാണ് സംഖ്യ മുന്നൂറ്റി നാല്പത്താറ്. അവർക്കുള്ള പുനരധിവാസ കേന്ദ്രങ്ങൾക്ക് സ്ഥലമെടുപ്പായി. സജ്ജീകരണങ്ങൾ വിപുലീകരിച്ചതോടെ വീണ്ടും പരാതിയും കശപിശകളും. വീണ്ടും എണ്ണമെടുപ്പായി. അപ്പോഴുണ്ട്. പത്തിരുന്നൂറുകൂടി. അഞ്ഞൂറ്റൊന്നായി. ചുരുളി

കീരിത്തോടിന്റെ കിഴക്കുനിന്ന് കുടിയൊഴിപ്പിക്കലിനെതിരെ പ്രതിഷേധവും ജാഥയും. കാര്യങ്ങളുടെ പോക്കേ. അങ്ങനെയാണ് അറുപത്തിനാല് ഫെബ്രുവരി ഇരുപത് സർക്കാർ ഉത്തരവ്. കർശനമായ നീക്കം. പൊലീസ് വേട്ട, സത്യഗ്രഹം... സ്ത്രീകളും കുട്ടികളും നേരത്തെ സ്ഥലം വിട്ടു.

ആണുങ്ങളും ഒഴിഞ്ഞുപോകാൻ തയ്യാറായതോടെ പുനരധിവാസത്തിന്റെ ആദ്യഘട്ടമായി കൈയേറ്റക്കാരെ താല്ക്കാലിക ആശ്വാസകേന്ദ്രങ്ങളിൽ പാർപ്പിച്ചു. അതിന് സർട്ടിഫിക്കറ്റു കൊടുത്തു. സാധനസാമഗ്രികളെല്ലാം കെട്ടുകളാക്കി അതിൽ സർട്ടിഫിക്കറ്റിന്റെ നമ്പരും നല്കി. പിന്നെ താല്ക്കാലിക ആശ്വാസകേന്ദ്രങ്ങളിലേക്ക്. അവിടെ നിന്ന് അടിമാലി വരെയും തലച്ചുമടായി കൊണ്ടുപോയി ലോറികളിൽ കയറ്റി രണ്ടാംഘട്ടോം പൂർത്തിയാക്കി. തലച്ചുമടേറ്റാൻ തൊഴിലാളികൾ തയ്യാറായില്ല. അപ്പോഴാണ് മൂന്നാർ മറയൂർ ഭാഗത്തുനിന്ന് തമിഴന്മാരെ കൊണ്ടുവന്നത്. എല്ലാം സർക്കാർ ചെലവിലാ. കുടിയൊഴിപ്പിക്കപ്പെട്ടവരേം ലോറീലും ജീപ്പിലുമൊക്കെയായാ പുനരധിവാസ കേന്ദ്രങ്ങളിലേക്കു കൊണ്ടുപോയത്. അതൊരു മേളമായിരുന്നു. ഞങ്ങടേം കുടുംബക്കാരൊണ്ടായിരുന്നു കൂട്ടത്തില്. ഒരു സൈഡ് ബന്ധം. എന്നുകരുതി ചിന്നവീടല്ല.

നാലുവർഷം തികഞ്ഞില്ല തൊള്ളായിരത്തി അറുപത്തേഴിൽ ആരബിൾ ലാന്റാക്കി കീരിത്തോടിനേം ഉൾപ്പെടുത്തിയപ്പോ അറുപത്തിനാലിൽ കുടിയിറക്കിപ്പോയവരെല്ലാം ദാ, തിരിച്ചുവരുന്നു കീരിത്തോട്ടേക്ക്. എങ്ങനുണ്ട്?

പാർലമെന്ററി കമ്മിറ്റി ചെയർമാൻ, ഗുൽസാരിലാൽ നന്ദ നേര്യമംഗലം പാലത്തിക്കൂടി കടന്നുപോയപ്പോൾ എന്നോടു ചോദിച്ചു:

"വ്യോമകേശാ നിന്റെ ഇന്ദുലേഖ എവിടേന്ന്."

അത്ര പ്രസിദ്ധമായിത്തീർന്നിരുന്നു എന്റെ ചന്തുമേനോൻ ഭക്തി. ആ വർഷമാ ഗുൽസാരിലാൽ നന്ദ എന്റെ മകൻ മാധവന് ജോലികൊടുത്തത് സെക്രട്ടേറിയേറ്റിൽ. ഇതിനെടേല് മോളെ കെട്ടിച്ചുകൊടുത്തു ബാംഗ്ലൂരില്. അവൾടെ ഭർത്താവിന് അവിടെ കമ്പനീൽ പണിയാ. അതും ഇങ്ങനെ ഒരു യാത്രയാ കാരണം. സഖാവ് എ കെ ജിയും മലയാറ്റൂർ സാറും കൂടി ഹൈറേഞ്ചിൽ വന്നപ്പോൾ പതിവുപോലെ എന്റെ വണ്ടീലാ യാത്ര. ഞാനന്നും ചന്തുമേനോനെപ്പറ്റി പറഞ്ഞപ്പം സഖാവ് ചോദിക്കുകയാ പ്രണയകഥേം വല്ല മാടമ്പിമാരടേം കഥകളുമെന്തിനാ വ്യോമകേശാ വായിക്കുന്നത്. നീ ചെറുകാടിനെ കേട്ടിട്ടുണ്ടോ? അതെല്ലാം വായിച്ചാൽ എനിക്ക് ഉറക്കം വരുമെന്ന് ഞാനും. ജീവിതയാതനയ്ക്കിടയിൽ നട്ടം തിരിയുമ്പം... നട്ടം തിരിയുന്നവരാ അതൊക്കെ വായിക്കുന്നത്. നട്ടം തിരിയാത്തവരോട് സഖാവേ അത് പറഞ്ഞിട്ട് കാര്യമൊണ്ടോ? വ്യോമകേശൻ നായർ ഫ്യൂഡലാണ് മലയാറ്റൂരും. അപ്പഴാ സഖാവ് ചോദിച്ചത് മോൾടെ കാര്യം; ഇന്ദുലേഖേടെ. നാട്ടിലാ; കെട്ടിച്ചയക്കണമെന്ന് ഞാനും. അക്കൊല്ലം സഖാവ് ഏർപ്പെടുത്തിത്തന്നതാ പയ്യനെ. കല്യാണം കഴിഞ്ഞ് കുട്ടികളും പേരക്കുട്ടികളും അവരുടെ കുട്ടികളുമായി അവളവിടെയാ; ബാംഗ്ലൂർ.

മാധവൻ കല്യാണം കഴിഞ്ഞ് കൊടപ്പനക്കുന്നിൽ താമസമാക്കിയ തിപ്പിന്നാ തിരുവനന്തപുരത്തേക്ക് എന്നെക്കൂടി കൊണ്ടുപോയേ അടങ്ങൂ എന്ന വാശി. അവന്റെ മോൻ ഋഷികേശൻ എന്റെ കൊച്ചുമോനേ, അവനാ ഇവിടെ കൊടപ്പനക്കുന്നിൽ എന്നെ കൊണ്ടുവന്നത്.

ഇനി അപ്പൂപ്പന് വളയം പിടിക്കാൻ പറ്റത്തില്ല. അവരെല്ലാരും കൂടി ബലമായി എന്നെക്കൊണ്ടു വന്നതാണിവിടെ. ഇവിടെ ഒന്നിനും കുറവില്ല.

എങ്കിലും പഴയതെല്ലാം ഓർക്കുകയാ. എനിക്ക് ഹൈറേഞ്ച് വിട്ട് പോരാൻ പറ്റുമായിരുന്നോ? നേര്യമംഗലം പാലോം, ഓരോ വല്യ ആപ്പീസറന്മാരുടെ റിപ്പോർട്ടും അന്വേഷണവുമൊക്കെയുള്ള കാലം. തിരുവനന്തപുരം ഭാഷേല് എന്തു ജാളിയായിരുന്നു.

ഫോറസ്റ്റ് കൺസർവേറ്റർ വിശ്വനാഥൻ സാറിന്റെ വണ്ടി ഓടിക്കുമ്പം അദ്ദേഹം ഓരോന്നു പറയും. ഞാൻ ചന്തുമേനോൻ ജഡ്ജി അങ്ങത്തിന്റെ കഥയും പറയും.

നിങ്ങൾക്ക് വട്ടുണ്ടോന്നാ അദ്ദേഹം ചോദിക്കുന്നത്. സാറെന്തൊക്കെപ്പറഞ്ഞാലും ചന്തുമേനോൻ ജഡ്ജി അങ്ങത്തും ഞാനും തമ്മിലുള്ള അടുപ്പം സാറിനറിയാമോ? ഇപ്പഴും സ്വർഗ്ഗത്തീന്ന് എന്നെ അന്വേഷിച്ചു വരാറുണ്ട്. സാറു ശാരദ വായിച്ചിട്ടുണ്ടോ? ആ ചന്തുമേനോനല്ലടോ ഇയാള്. അത് മലബാറുകാരൻ. ഇത് തിരുവിതാംകൂറുകാരൻ. ഏതായാലും എനിക്ക് രണ്ടാളും ഒരാളാ. ഓ ചന്തുമേനോൻ തന്നെ.

അന്ന് സീനിയറേജ് നിരക്കിൽ സർക്കാരിനും പൈസ കൊടുത്താ മരമെല്ലാം വെട്ടിക്കാം. ഏലകൃഷിക്ക്. അങ്ങനെ വെളിപ്പിച്ചല്ലേ ഏലം കൃഷിയെന്നും പറഞ്ഞ് ആളുകള് കേറിയത്. കാടു തെളിച്ചപ്പോ തണുപ്പു പോയി. പിന്നെവിടെ ഏലം? പിന്നെ കാപ്പീം തേയിലേം കൃഷി ചെയ്യാൻ റവന്യൂ വകുപ്പ് അനുവാദം നല്കി.

വിശ്വനാഥൻ സാറ് പറയാനുള്ളതുപോലെ സാവിത്രിക്ക് സന്താന ഭാഗ്യം പോലെയായി. ഏലകൃഷിക്ക് പോയവർക്ക് സീനിയറേജ് നിരക്കിൽ വാങ്ങിയ മരങ്ങൾ മൂന്നിരട്ടിക്ക് വില്ക്കുന്നതിലായി ശ്രദ്ധ. ഇവിടേം വനം വകുപ്പു വിജയിച്ചോ. ഇല്ല. അതാണ് സാർ ഞാൻ പറയുന്നത് വനപാലനമെന്നു പറഞ്ഞ് ചെയ്തതെല്ലാം തെറ്റ്. സൂചിക്കകത്ത് തൂമ്പകേറ്റുന്ന പ്രക്യതമല്ലേ.

അല്ല, ഇതെല്ലാം ഞാൻ പറയാനാര് ഈ നഗരത്തിലിരുന്ന്. ബിനോയ് വിശ്വം സാറിനേം രാജേന്ദ്രൻ സാറിനേം കാണുമ്പോൾ ഞാൻ ചെലതൊക്കെ പറയണമെന്ന് കരുതി വച്ചിരിക്കയാ. എങ്ങനാ പറ്റുന്നേ വയസ്സു തൊണ്ണൂറ്റിരണ്ടാ. പയ്യമ്മാരിങ്ങ് കൊണ്ടുവന്നിരിക്കയല്ലേ. പയ്യമ്മാരല്ല. മാധവൻ പെൻഷൻ പറ്റീട്ട് വർഷങ്ങളായി. ഋഷീകേശൻ ഫോറസ്റ്റിലാ. ശാരദ അങ്ങ് കോഴിക്കോട്ടാ. മക്കളും കൊച്ചുമക്കളുമായിട്ട് അത് വേറെ.

ഋഷീകേശനും കൂട്ടുകാരും ഇന്നോവയും കൊണ്ടു മൂന്നാറു പോയപ്പോ ഞാൻ പറഞ്ഞു. നേര്യമംഗലം പാലത്തെപ്പറ്റി. അപ്പോൾ അവൻ പറയുകാ അപ്പൂപ്പാ അതൊക്കെ ഇടിച്ച് പുതിയൊരെണ്ണം കെട്ടാൻ കാല

മായി. അവൻ പറഞ്ഞതും ശരിയാ. പത്രത്തിലും ടീവീലും. ഓരോ മൂന്നാർ വിശേഷങ്ങൾ കാണുകേം കേൾക്കുകേം വായിക്കുകേം ചെയ്യുമ്പം എല്ലാം ഓർമ്മ വരികയാ. ടാറ്റയെ ഒഴിപ്പിക്കാൻ മൂന്നാറിലേക്ക് ഒരു സംഘം. ആരെ; ടാറ്റേ ഒഴിപ്പിക്കാൻ! അവരടെ ഒരു രോമത്തിൽ തൊടാനൊക്കുമോ? അറുപതുകളിലും എഴുപതുകളിലും തട്ടാത്തിക്കുടീലും അമരാവതീലും പുക പാറുമ്പോ ടാറ്റ പൈപ്പും വലിച്ചാ മൂന്നാറിലൊരു ലോകം പടുത്തത്. കമാന്ന് ആർക്കും ഒന്നും മിണ്ടാനും ദർശിക്കാനും പോലും പറ്റത്തില്ല വിടെ. ങാ, ഇപ്പോഴും സ്ഥലത്തൊരു സർക്കാർ ബോർഡു കൊണ്ടു വന്നു വയ്ക്കാമെന്നല്ലാതെ.

അന്ന് മൂന്നാറിൽ നിന്ന് മറയൂർ വഴി ഉടുമൽപ്പേട്ടയ്ക്കൊരു മെറ്റൽ റോഡുണ്ട്. അതുവഴിയാ ടാറ്റാക്കാര് മദ്രാസ് തുറമുഖത്തേക്ക് ചരക്കുകളയച്ചിരുന്നത്. ഏലത്തോട്ടത്തിലെ തൊഴിലാളികളല്ലാതെ നാല്പത്തൊമ്പതു വരെ ആൾപ്പാർപ്പില്ല ആ പ്രദേശത്ത്.

കോട്ടയം കുമിളി വഴി എനിക്കിഷ്ടമേയില്ല. കുമിളീന്ന് വടക്കോട്ട് നടപ്പാതയല്ലാതെ റോഡില്ല. അമ്പത്തിനാലിലാ റോഡ് വന്നത്. അന്ന് വെല്ലിങ്ടൺ സാറിനേം കൊണ്ട് ആ വഴി ഞാൻ പോയിട്ടുണ്ട്. ഫോർവീലർ ജീപ്പിലിരുന്നുകൊണ്ട് അദ്ദേഹം സർട്ടിഫിക്കറ്റു തന്നു. ഏതു വണ്ടിയോടിച്ചാലും അതിലിരിക്കുന്നവർക്ക് കുഷ്യൻ വേണ്ട.

നമ്മൾ പറഞ്ഞുപറഞ്ഞു വേറെ കാര്യങ്ങളിലേക്കു പോയെന്നു തോന്നുന്നു. ആയിരത്തി തൊള്ളായിരത്തി തൊണ്ണൂറ്റിരണ്ടില് അന്നത്തെ വിജിലൻസ് ഉപദേഷ്ടാവ് സ്പെഷ്യൽ ഐ ജി സാറിന്റെ നിർദ്ദേശപ്രകാരം ചീഫ് കൺസർവേറ്ററിന്റെ വക ഒരുത്തരവ്. അയ്യായിരം രൂപയ്ക്ക് മേൽ വിലവരുന്ന വനവിഭവങ്ങൾ ഉൾപ്പെട്ട കേസുകളെല്ലാം പൊലീസിനു കൈമാറണമെന്ന്. ഐ പി സി അനുസരിച്ച് കേസുകൾ വന്നു കുമിഞ്ഞു. വെട്ടിപ്പിടിച്ചവന്മാർക്ക് കൃഷിക്കോ നേരം. ഇരുപത്തഞ്ചേക്കർ ഏലകൃഷിക്ക് വെട്ടിപ്പിച്ചാ നഷ്ടം മരംവെട്ടി വിറ്റ് നികത്താമെന്നാ പലരും കരുതിയത്.

എമ്പത്തിരണ്ട് നവംബർ ഇരുപത്തേഴാം തീയതിയിലത്തെ ഉത്തരവ് ഇന്നും ഞാൻ കൃത്യമായി ഓർക്കുന്നു. കേന്ദ്രഗവൺമെന്റിന്റെ വനനിയമം. മാധവന്റെ മൂത്തമോന് ഫോറസ്റ്റിൽ ജോലി കിട്ടിയത് അന്നാ. ഇനീം ഒത്തിരിക്കാര്യങ്ങൾ പറയാനൊണ്ട്. മണിയങ്ങാടൻ സാറ് പെരിഞ്ചാൻ കുട്ടി പദ്ധതിപ്രദേശത്തു വന്ന കാര്യോം അവിടത്തെ കുടിയൊഴിപ്പിക്കലും. പിന്നെ പെരിഞ്ചാൻ കുട്ടിയെ തണുപ്പിച്ച് ഇടമലയാർ പദ്ധതിയിലേക്കു നീങ്ങിയതുമൊക്കെ. കഥയോടു കഥകളാണ്. ചന്തുമേനോൻ അങ്ങത്ത് 'ശാരദ' മുഴുമിപ്പിക്കാത്തതുപോലെ ഞാനും എല്ലാം പറഞ്ഞു മുഴുമിപ്പിക്കുന്നില്ല.

ഇനി എനിക്കൊന്നു കൂടി ബാക്കിയുണ്ട്. ചന്തുമേനോൻ ജഡ്ജി അങ്ങത്തിന്റെ കൂടെ പെരിയാറിൽ നീന്തണം. പെരിയാറിൽ ഇനി നീന്താനൊത്തില്ലല്ലോ വ്യോമകേശാ എന്ന് ചന്തുമേനോനങ്ങത്തിന്റെ നിരാശ ഇപ്പോഴും ബാക്കി നില്ക്കുന്നു അതൊക്കെ ഒരു ദിവസം വരും അങ്ങ

ത്തോന്ന്, ഞാനും. ഏതു നേരത്തും സ്വർഗ്ഗത്തീന്നിറങ്ങിവരാനല്ലേ ഉള്ളൂ. എനിക്കും കൂടി വരാൻ സൗകര്യപ്പെടുന്ന ഒരു നേരം നമുക്ക് പോകാം പെരിയാറിലെന്ന് ഞാൻ പറഞ്ഞു വച്ചതാണ്. പിള്ളേരറിഞ്ഞാൽ വിടത്തില്ല.

ചന്തുമേനോനങ്ങത്ത് നേര്യമംഗലം പാലത്തിനടുത്ത് ആറുമണിക്ക് വന്നുനില്ക്കുമെന്നാ പറഞ്ഞിരിക്കുന്നത്. അവിടെ ചെന്നാമതി.

കാർ എവിടെ?

ജഡ്ജി അങ്ങത്തിന് ഒരു കുഷ്യൻ വേണം. മലർന്നങ്ങനെ കിടക്കണം.

ആദ്യം തട്ടാത്തിക്കുടീ പോണം. അതു കഴിഞ്ഞ് നേര്യമംഗലം പാലത്തിനടിയിലൂടെ പെരിയാറിൽ നീന്തൽ.

പിള്ളേരെ വാതലടച്ചേര്, ഞാൻ പോയാലേ ഇത്തവണ വരാൻ വൈകും. അല്ലെങ്കിൽ വന്നില്ലെന്നുമിരിക്കും. ചന്തുമേനോനങ്ങത്തിന്റെ കൂടെ സ്വർഗ്ഗത്തിപ്പോവും.

ആറടിക്കാൻ ഇനി അഞ്ചു മിനിറ്റ്.

(2010)